ലീഡർ

ഓർമ്മയിലൊരു പൂമരം

INSIGHT PUBLICA®

Nadakkavu, Kozhikode, Kerala, 673011
www.insightpublica.com
e-mail: insightpublica@gmail.com
Title: **Leader-Ormayiloru Poomaram**
(Malayalam)
Editor: Thikkodi Narayanan
First Edition: December 2022
Book Design: kjvj@insight

Printed and Published by
InsightinPublica Printers & Publishers Pvt. Ltd.
ISBN 978-93-5517-313-3
₹ 150

ലീഡർ

ഓർമ്മയിലൊരു പൂമരം

സമ്പാദകൻ

തിക്കോടി നാരായണൻ

INSIGHT PUBLICA

കൊയിലാണ്ടി താലൂക്കിലെ തിക്കോടി ഗ്രാമപഞ്ചായത്തിൽ പുറക്കാട് 1932ൽ ജനനം. പ്രൈമറി സ്കൂളിൽ അധ്യാപകനായിരിക്കെ മലയാളത്തിൽ ബിരുദം നേടി ഹൈസ്കൂൾ അധ്യാപകനായി. മൂന്നു പതിറ്റാണ്ടിലേറെ അധ്യാപകനും അധ്യാപക നേതാവുമായി സി.കെ.ജി. മെമ്മോറിയൽ ഹൈസ്കൂളിൽ നിന്ന് വിരമിച്ചു.

സി.കെ.ജി.യുടെ അനുയായിയായി രാഷ്ട്രീയ രംഗത്തെത്തി. രാഷ്ട്രീയ-സാമൂഹ്യ-സാംസ്കാരിക രംഗത്ത് ഏഴ് പതിറ്റാണ്ടിലേറെക്കാലം സജീവമായ പങ്കാളിത്തംകൊണ്ട് ശ്രദ്ധേയൻ.

കൃതികൾ:

സി.കെ. ഗോവിന്ദൻ നായർ,
സോണിയ ഗാന്ധി,
ഡബ്ല്യൂ.സി. ബാനർജി മുതൽ ജെ.സി. കൃപലാനി വരെ

വിലാസം : 'മനയിൽ'
പി.ഒ. പുറക്കാട്
പയ്യോളി (വഴി)
പിൻ : 673 522
Mob - 9747472359

തിക്കോടി നാരായണൻ

കെ. കരുണാകരൻ

ജനനം: ജൂലൈ 5, 1918

മരണം: 23 ഡിസംബർ 2010

പൂമരത്തണലിൽ

ലീഡർ ഓർമ്മയായിട്ട് ഒരു വ്യാഴവട്ടം പിന്നിടുന്നു. ചുണ്ടിൽ നേരിയ പുഞ്ചിരിയുമായി കണ്ണിറുക്കി എന്റെ മനസ്സിലും മുന്നിലും അദ്ദേഹം സജീവമായുണ്ട്, മായാതെ മറയാതെ.

എപ്പോഴാണ് അദ്ദേഹത്തെ ആദ്യമായി കണ്ടത്. 1958 മെയ് മാസത്തിലെ അവസാന ദിനങ്ങളിലൊന്നിലാണ്. അതിരാവിലെ ചിങ്ങപുരത്തെത്തിയ സി.കെ.ജി. എന്നെയും കൂടെക്കൂട്ടിയാണ് മടങ്ങിയത്. യാത്ര തൃശ്ശൂരിലേക്കായിരുന്നു. പതിനൊന്നരയായിക്കാണും അവിടെയെത്തുമ്പോൾ. നഗര പരിസരത്തുതന്നെ കോൺഗ്രസ്സ് പ്രവർത്തകരുടെ ഒരു കൺവൻഷനുണ്ട്. മറ്റൊരിടത്ത് വൈകുന്നേരം പൊതുയോഗവും. അതിനാണ് തൃശ്ശൂരിൽ എത്തിയത്.

വണ്ടിയിറങ്ങി. പ്ലാറ്റ്ഫോമിൽ പ്രവർത്തകർ കാത്തിരിക്കുന്നു. പുറത്തെത്തി. ജീപ്പിന്റെ മുൻസീറ്റിൽ സി.കെ.ജി കയറിയിരുന്നു. പിന്നാലെ പ്രവർത്തകന്മാരുടെ തിക്കും തിരക്കുമായിരുന്നു. അവർ ഇടിച്ചുകയറി. എനിക്കതിൽ കയറിപ്പറ്റാൻ കഴിയുന്നതിനുമുമ്പേ ജിപ്പ് ഓടിച്ചുപോയി. കൺവൻഷൻ തുടങ്ങിയ പരിഭ്രമത്തിലായിരുന്നു അവർ.

ഞാനാകെ ഭയപ്പെട്ടു. തീരെ പരിചയമില്ലാത്ത സ്ഥലം. കയ്യിൽ നയാപൈസയില്ല. പെട്ടെന്ന് ധൈര്യം വീണ്ടുകിട്ടി. സി.കെ.ജി. അവിടെ എത്തിയാൽ എന്നെ തിരക്കുമെന്നുറപ്പ്. ജീപ്പ് ഉടൻ റയിൽവേ സ്റ്റേഷനിൽ എത്തുമെന്നെനിക്ക് ഉറപ്പുണ്ട്. നിർവികാരനായി അവിടെത്തന്നെ നിന്നു.

വിചാരിച്ചതുപോലെ ജീപ്പ് ചീറിക്കൊണ്ടെത്തി. മുൻസീറ്റിൽ തന്നെ എനിക്കിരിപ്പിടം കിട്ടി. മിനുട്ടുകൾക്കുള്ളിൽ കൺവൻഷൻ

സ്ഥലത്തെത്തി. അവിടെ പുറത്ത് അക്ഷമനായി എന്നെ കാത്ത് പുഞ്ചിരിയുമായി, തൂവെള്ള ഖാദിവസ്ത്രധാരിയായ, സുമുഖനായ യുവാവ് നിൽപ്പുണ്ടായിരുന്നു.

അദ്ദേഹം ചോദിച്ചു: "മാഷ് എന്തേ കയറാതിരുന്നത്?"

"തള്ളുകൊണ്ട് എനിക്ക് സാധിച്ചില്ല," ഉത്തരം. ഉടനെ എന്നെ ചേർത്തുനിർത്തി സദസ്സിലെ ഒരു കസേരയിൽ ഇരുത്തി. അദ്ദേഹം വേദിയിലേക്ക് പോയി.

പലപ്പോഴും സി.കെ.ജി. സംസാരിക്കാറുള്ള തൃശ്ശൂരിലെ കോൺഗ്രസ് നേതാവ് കരുണാകരൻ ആണ് ആ യുവാവ് എന്ന് ഏറെ കഴിയുന്നതിന് മുമ്പുതന്നെ ഞാനറിഞ്ഞു.

അന്ന് പകലും രാത്രി പൊതുയോഗം കഴിഞ്ഞ് തിരുവനന്തപുരത്തേക്കു തിരിക്കുന്നതുവരെയും എന്തെല്ലാമോ തുടരെ സംസാരിക്കാനവസരം കിട്ടി. മിക്കതും സി.കെ.ജിയെ കുറിച്ചുതന്നെയായിരുന്നു എന്നാണ് ഓർമ്മ.

പിന്നീട് വർഷങ്ങൾക്കു ശേഷമാണ് അദ്ദേഹത്തെ കാണുന്നത്. 1970ൽ. ഞാൻ ആ സമയത്ത് കൊയിലാണ്ടി നിയോജകമണ്ഡലം കോൺഗ്രസ്സ് കമ്മിറ്റി ജനറൽ സെക്രട്ടറിയായിരുന്നു. തെരഞ്ഞെടുപ്പു സമയം. ഇ. നാരായണൻ നായർ സ്ഥാനാർത്ഥി. പ്രവർത്തക കൺവൻഷൻ ഉദ്ഘാടനത്തിനായിരുന്നു അദ്ദേഹം എത്തിയത്. കൊയിലാണ്ടി ടൗണിന് തെക്ക് ഭാഗത്തുള്ള ടാക്കീസിൽ നിറഞ്ഞുകവിഞ്ഞ ഒരു വലിയ ജനക്കൂട്ടത്തിനിടയിലേക്കാണ് ലീഡർ കടന്നുവന്നത്. ഷാളണിയിച്ചു സ്വീകരിക്കുന്നതിനിടെയുണ്ടായ ചോദ്യം എന്നെ അമ്പരപ്പിച്ചു.

"സി.കെ.ജിയുടെ കൂടെ മുമ്പ് തൃശ്ശൂരിൽ വന്ന നാരായണൻ മാസ്റ്ററല്ലേ?" ഞാൻ അതെ എന്ന് ഉത്തരം പറഞ്ഞു. അന്നദ്ദേഹം പ്രസംഗമാരംഭിച്ചത് ഞാൻ നേരത്തെ പറഞ്ഞ കഥ സൂചിപ്പിച്ചുകൊണ്ടാണ്. "അതിനുശേഷം ഇപ്പോഴാണ് മാസ്റ്ററെ കാണാൻ കഴിയുന്നത്." സദസ്സിൽ ആഹ്ലാദാരവങ്ങളുടെ നീണ്ട കയ്യടി. കഥാവശേഷനായ സി.കെ.ജിയെ സ്പർശിച്ചുകൊണ്ടാണ് പ്രസംഗം തുടർന്നത്. സി.കെ.ജി മെമ്മോറിയൽ ഹൈസ്കൂളിലാണ് ജോലി ചെയ്യുന്നത് എന്ന് പറഞ്ഞപ്പോൾ അദ്ദേഹം ഏറെ സന്തോഷിച്ചു. മാത്രമല്ല, ഒരുദിവസം താൻ സ്കൂളിൽ വരുമെന്നും അദ്ദേഹം പറഞ്ഞു. പിന്നീടുള്ള മൂന്ന് പതിറ്റാണ്ട് അദ്ദേഹവുമായി ബന്ധപ്പെട്ടുകിടക്കുന്ന ജീവിതമായിരുന്നു. എത്ര തിരക്കുണ്ടായാലും വീട്ടിലായാലും ഓഫീസിലായാലും പദവി വ്യത്യാസമില്ലാതെ

എനിക്ക് അദ്ദേഹത്തിനു മുമ്പിൽ ചെല്ലാൻ ഒരുവിധ തടസ്സവുമുണ്ടായിരുന്നില്ല. ഒരുപക്ഷെ അദ്ദേഹത്തിന്റെ ആരാധനാമൂർത്തിയായ സി.കെ. ജി.യെ കുറിച്ചുള്ള ഓർമ്മയായിരിക്കാം എന്നിലേക്ക് പകർന്നത്.

ഒരു സംഭവം മാത്രം എടുത്തുകാട്ടി ഈ കുറിപ്പ് അവസാനിപ്പിക്കാം. കാറപകടത്തിൽപെട്ട് അമേരിക്കയിലെ ചികിത്സയ്ക്കുശേഷം ലീഡർ ക്ലിഫ് ഹൗസിൽ തിരിച്ചെത്തി. നൂറുകണക്കിനാളുകൾ ഓരോ ദിവസവും അദ്ദേഹത്തിന്റെ സുഖവിവരങ്ങൾ അന്വേഷിച്ചുകൊണ്ട് അവിടെ എത്തുമായിരുന്നു. കാണാൻ കഴിയാതെ വിവരങ്ങൾ മാത്രമറിഞ്ഞ് അവർ തിരിച്ചുപോകും. ഒരു മാസത്തോളം ഇങ്ങനെ തുടർന്നു. ഒടുക്കം ആഴ്ചയിൽ ഒന്നോ രണ്ടോ ദിവസം ക്ലിഫ് ഹൗസിലെ മുകളിലെ പോർട്ടിക്കോവിൽ വൈകുന്നേര സമയത്ത് കസേരയിൽ വന്നിരുന്ന് പുറത്തെ മുറ്റത്ത് കൂടിയ ആളുകളെ അഭിവാദ്യം ചെയ്യുന്ന ഒരു രീതി ഉണ്ടായി. ഇതറിഞ്ഞ് ഒരു ദിവസം ലീഡറെ കാണാൻ ഞാനും ക്ലിഫ് ഹൗസിലെ പൂമുഖത്തെത്തി.

വൈകുന്നേരം നിശ്ചിത സമയത്ത് അദ്ദേഹമെത്തി. ഞാൻ ആൾക്കൂട്ടത്തിൽ നിന്നകന്ന് ഒറ്റപ്പെട്ട് ഒരു ചെടിയുടെ മുന്നിൽ 'എന്നെ ലീഡർ കാണണം' എന്നാഗ്രഹിച്ചുകൊണ്ടുതന്നെ ആയിരുന്നു നിലയുറപ്പിച്ചത്. അദ്ദേഹത്തെ കണ്ടപ്പോൾ എനിക്ക് കരയാതിരിക്കാൻ കഴിഞ്ഞില്ല. അഭിവാദ്യം ചെയ്യലും ചിരിയുമെല്ലാം കൃത്രിമമായിരുന്നു എന്നു തോന്നിപ്പോയി. ലീഡർ ആകെ മാറിയിരിക്കുന്നു. അർദ്ധബോധാവസ്ഥയിൽ ഞാനവിടെ കുനിയിരുന്നു.

ലീഡറുടെ സ്റ്റാഫിൽപെട്ട മണികണ്ഠൻ തൊട്ടുവിളിച്ചപ്പോഴാണ് എനിക്ക് ബോധം തിരികെ കിട്ടിയത്.

"മാഷ് ലീഡറെ കാണാനായി മാത്രം വന്നതാണോ? എന്തെങ്കിലും മറ്റാവശ്യമുണ്ടോ? എന്തെങ്കിലും സഹായം വേണോ?" എന്ന് ലീഡർ അന്വേഷിക്കുന്നു.

"ഞാൻ ലീഡറെ കാണാനായി മാത്രം വന്നതാണ്. ഇന്നുതന്നെ മടങ്ങുകയും ചെയ്യും. മറ്റൊരു കാര്യവുമില്ല. ലീഡറെ ദൈവം രക്ഷിക്കട്ടെ," ഞാൻ കൈകൂപ്പി യാത്ര പറഞ്ഞു.

ആ രോഗാവസ്ഥയിലും എന്നോടു കാണിച്ച കരുതലും സ്നേഹവും അനുഭവിച്ച് ഞാൻ തളർന്നുപോയി. പിന്നീട് പലപ്പോഴും ലീഡറെ കാണാൻ സാധിച്ചു.

2010 ഡിസംബറിൽ അദ്ദേഹം രോഗബാധിതനായി. കുസൃതിയായ ഒരു കുട്ടിയെപ്പോലെ മരണത്തിന്റെ പിടിയിൽനിന്ന് പലപ്പോഴും

ഓടിപ്പോന്ന് രക്ഷപ്പെട്ട ലീഡർ ഇത്തവണയും പൂർണ്ണാരോഗ്യവാനായി തിരിച്ചെത്തും എന്ന പ്രതീക്ഷയിലായിരുന്നു ജനങ്ങൾ.

ഒടുവിൽ ആ ദുഃഖവാർത്ത എത്തി. ഞാനും തിക്കോടിയിലെ സഹപ്രവർത്തകൻ സി.കെ. ഹരിദാസനും രാത്രി മുഴുവൻ ഉറക്കമിളച്ച് കൃവിൽ നിന്നു. പുലരെ 7 മണിയായപ്പോഴാണ് അദ്ദേഹം അവസാന യാത്രയ്ക്കിടെ തൃശ്ശൂരിലെ രാമനിലയത്തിൽ എത്തിയത്. അവസാനത്തെ കൂടിക്കാഴ്ചയും കഴിഞ്ഞു. രാത്രിയും പകലും മുഴുക്കെ നിരാഹാരമായിരുന്നു. തണലേകുന്ന, സാന്ത്വനം തരുന്ന, കർമ്മചൈതന്യം ജ്വലിപ്പിക്കുന്ന ആ അസാമാന്യ പ്രതിഭയുടെ മുന്നിൽ നമോവാകം!

അദ്ദേഹത്തിന്റെ ധന്യമായ ഓർമ്മക്കുമുമ്പിൽ ഇങ്ങനെയൊരു അക്ഷര സ്മാരകം ഒരുക്കാനായതിൽ അഭിമാനമുണ്ട്. ആയതിനു സന്ദർഭം നൽകിയ ഈ സമാഹാരത്തിലെ ബഹുമാന്യരായ എഴുത്തുകാർ, പ്രൗഢമായ ആമുഖംകൊണ്ട് ഈ സംരംഭത്തെ ധന്യമാക്കിയ മുല്ലപ്പള്ളി രാമചന്ദ്രൻ, പ്രസാധനം ഏറ്റെടുത്ത ഇൻസൈറ്റ് പബ്ലിക്ക എന്നിവരോടുള്ള നന്ദിയും കടപ്പാടും എന്നും മനസ്സിലൊളിച്ചുവെക്കും എന്നുകൂടി പറഞ്ഞ് അവസാനിപ്പിക്കട്ടെ.

സ്നേഹാദരങ്ങളോടെ,

തിക്കോടി നാരായണൻ.

09/12/2022

താളുകൾ മറിയുമ്പോൾ

ആമുഖം

മുല്ലപ്പള്ളി രാമചന്ദ്രൻ

കേരള രാഷ്ട്രീയത്തിലെ വിസ്മയമായ ലീഡർ കെ. കരുണാകരന്റെ ബഹുമുഖ വ്യക്തിത്വം വസ്തുനിഷ്ഠവും സത്യസന്ധവുമായി വിലയിരുത്താനുള്ള സദുദ്യമമാണ്, തിക്കോടി നാരായണൻ മാസ്റ്റർ സമാഹരിച്ച "ലീഡർ-ഓർമ്മയിലൊരു പൂമരം" എന്ന ഒരു കൂട്ടം ലേഖനങ്ങളുടെ സമാഹാരം.

ലീഡർ കരുണാകരന്റെ ഏഴ് പതിറ്റാണ്ട് നീണ്ടുനിന്ന പൊതുജീവിതത്തിനിടയിൽ അടുത്തും അകലെ നിന്നും കണ്ട് പഠിച്ചിട്ടുള്ളവരാണ് ലേഖനകർത്താക്കളെല്ലാം. കേരള രാഷ്ട്രീയത്തിന്റെ ഗതിവിഗതികൾ ദശകങ്ങളോളം നിർണ്ണയിച്ച ജനനായകന്റെ നാൾവഴികൾ കണ്ടെത്താൻ ശ്രമിക്കുന്ന ചരിത്രകൗതുകികൾക്ക് ഈ ഗ്രന്ഥം സഹായകമാകും. വെല്ലുവിളികൾ നിറഞ്ഞ യൗവനകാലത്ത് തന്നെ, ദേശീയ പ്രക്ഷോഭത്തിലൂടെ പൊതുവേദിയിൽ എത്തിയ ലീഡർ കരുണാകരൻ കോൺഗ്രസ്സ് രാഷ്ട്രീയത്തിലെ ചാണക്യനായി മാറുന്നതാണ് കേരളം കണ്ടത്. നവകേരള നിർമ്മിതിയിൽ അദ്വിതീയ പങ്കാണ് ലീഡർ വഹിച്ചിട്ടുള്ളത്. കേരള പിറവിക്കുശേഷം കേരളം കണ്ട പ്രധാന വികസന നാഴികക്കല്ലുകളെല്ലാം അദ്ദേഹം സ്ഥാപിച്ചവയാണ്.

തൊഴിലാളികളുടെ കണ്ണിലുണ്ണിയായ നേതാവ്, കേരളത്തിന്റെ ലീഡർ കരുണാകരനായി മാറുന്നത് കൗതുകത്തോടെ നാം കണ്ടു.

പ്രായോഗിക രാഷ്ട്രീയത്തിന്റെ പ്രോജ്വല വക്താവായ അദ്ദേഹം, കേരളത്തിലെ ഏറ്റവും പ്രഗത്ഭനായ ഭരണാധികാരി തന്നെയായിരുന്നു. നിശ്ചയദാർഢ്യത്തോടെയുള്ള അദ്ദേഹത്തിന്റെ ചടുലമായ

നീക്കങ്ങൾ, തീരുമാനങ്ങൾ യഥാസമയമെടുക്കുകയും അവ ഉടനടി നടപ്പാക്കുകയും ചെയ്യുന്ന നൈപുണ്യം. വിശ്വസ്തരായ ഒരു കൂട്ടം ഉദ്യോഗസ്ഥരും പോലീസ് മേധാവികളും ഭരണകാര്യത്തിൽ അദ്ദേഹത്തിന് പരിപൂർണ പിന്തുണനൽകി. കൂറും വിശ്വസ്തതയുമുള്ള ഉദ്യോഗസ്ഥന്മാരെ എല്ലാ പ്രതിസന്ധികളിലും അദ്ദേഹം പിന്തുണക്കുകയായിരുന്നു. പല ഭരണാധികാരികളിൽനിന്നും വ്യത്യസ്തനായി ലീഡർ കരുണാകരനെ മാറ്റിയ വസ്തുതയും ഇതൊക്കെയാണ്.

എല്ലാ മലയാള മാസം ഒന്നാം തീയതിയും ഗുരുവായൂരപ്പനെ തൊഴാൻ പോകുന്ന ലീഡർ കരുണാകരൻ മതനിരപേക്ഷ രാഷ്ട്രീയത്തിന്റെ വീഥിയിലൂടെ സഞ്ചരിക്കുകയും സർവമത വിശ്വാസികളെയും ചേർത്തുപിടിക്കുകയും ചെയ്തു.

വർത്തമാനകാല രാഷ്ട്രീയത്തിലെ പ്രതിസന്ധികളെ കുറിച്ചോർക്കുമ്പോൾ, അതികായനായ ലീഡർ കരുണാകരന്റെ ശൂന്യത എത്രമാത്രം വലുതാണെന്ന് എതിരാളികൾപോലും തിരിച്ചറിയുന്നു.

ലീഡർ കരുണാകരന്റെ വിശ്വസ്തനും സി.കെ.ഗോവിന്ദൻ നായരുടെ അരുമശിഷ്യനും മികച്ച എഴുത്തുകാരനുമായ തിക്കോടി നാരായണൻ മാസ്റ്റർ ഈ ലേഖനങ്ങളെല്ലാം സമാഹരിച്ച് പുസ്തക രൂപമാക്കാൻ കാട്ടിയ ഔത്സുക്യം ശ്ലാഘനീയമാണ്.

പുതുതലമുറയ്ക്ക് ലീഡർ കരുണാകരനെ പഠിക്കാനും വിലയിരുത്താനുമുള്ള കനകാവസരമായണ് ഈ പുസ്തകത്തിലൂടെ ലഭിച്ചിട്ടുള്ളത്. ലീഡർ കരുണാകരന്റെ മായാത്ത ഓർമ്മകൾക്കുമുമ്പിൽ അക്ഷരപൂജ നടത്തിയ നാരായണൻ മാസ്റ്ററെ പ്രത്യേകം അഭിനന്ദിക്കുന്നു.

മഹാവിലാപങ്ങളുടെ മറുകാഴ്ച

സി.എ.കൃഷ്ണൻ

കരുണാകരനും എന്റെ മാധ്യമപ്രവർത്തനവും തമ്മിൽ ആഴമേറിയ ആത്മബന്ധമുണ്ട്. മുപ്പതു വർഷം നീണ്ട എന്റെ പത്രപ്രവർത്തനത്തിൽ അധികകാലവും അദ്ദേഹം നല്ല ഒരു 'ഇര'യായിരുന്നു. തൃശ്ശൂർ ഷെഡ്യൂളിൽ കരുണാകരൻ നിത്യസാന്നിദ്ധ്യമായിരുന്ന ഒരു കാലമുണ്ട്.

എന്നാൽ, ഇതല്ലാതെ അദ്ദേഹത്തിന്റെ പ്രസ് സെക്രട്ടറിയായി പ്രവർത്തിച്ച ഒരു കാലഘട്ടമുണ്ട്, 1980ൽ. കരുണാകരൻ അന്ന് കേരളത്തിന്റെ പ്രതിപക്ഷ നേതാവായിരുന്നു. ഒരോർമ്മ മാത്രമായി ഞാൻ മനസ്സിൽ സൂക്ഷിച്ചുവെച്ച ഒരദ്ധ്യായമാണത്. ഇന്ന് പത്രപ്രവർത്തകൻ എന്ന മേലങ്കി അഴിച്ചുവെച്ചതുകൊണ്ടുമാത്രം ഞാനതേക്കുറിച്ച് ഓർക്കട്ടെ.

അക്കാലത്ത് കരുണാകരൻ ലീഡറായിരുന്നില്ല. നേതാവ് എന്ന പേരിലാണ് അന്ന് അദ്ദേഹം നാട്ടിലും അണികൾക്കിടയിലും അറിയപ്പെട്ടിരുന്നത്. കരുണാകരൻ ലീഡറായി മാറുന്നത് 1980കളിലാണ്.

വിദ്യാഭ്യാസം പിന്നിട്ട ഞാൻ 1979ലാണ് പത്രപ്രവർത്തകനാകുന്നത്. തൃശ്ശൂരിൽ മാതൃഭൂമിയിൽ നിന്നായിരുന്നു തുടക്കം. അടിയന്തരാവസ്ഥ കഴിഞ്ഞ് അതിന്റെ തീയും പുകയും നിറഞ്ഞ അന്തരീക്ഷം. രാജൻ കേസ് കത്തിനിൽക്കുന്നു. കരുണാകരൻ രാജൻ സംഭവത്തിന്റെ ധാർമ്മിക ഉത്തരവാദിത്വം ഏറ്റെടുത്ത് അധികാരം ഒഴിഞ്ഞുകൊടുത്ത കാലം. അദ്ദേഹത്തിന് ഒരു രക്തരക്ഷസിന്റെ പരിവേഷമാണ് രാഷ്ട്രീയത്തിൽ

അന്നുണ്ടായിരുന്നത്. അടിയന്തരാവസ്ഥ അതിക്രമങ്ങളുടെ കാലക്കേട് കരുണാകരനെ മാത്രമല്ല, ഇന്ദിരാഗാന്ധിയേയും കടന്നാക്രമിച്ചു.

രാഷ്ട്രീയത്തിൽ താൻ നേരിട്ട തിരിച്ചടികളുടെയും നന്ദികേടിന്റെയും അനുഭവങ്ങൾ പങ്കിടാൻ ഒരു അഭിമുഖം ആവശ്യപ്പെട്ടാണ് ഞാൻ തൃശ്ശൂർ രാമനിലയത്തിൽ എത്തിയത്. ഇന്നത്തെ മട്ടല്ല അന്നത്തെ പത്രപ്രവർത്തനം. പ്രസിദ്ധപ്പെടുത്തരുത് എന്ന് അഭ്യർത്ഥിക്കുന്ന കാര്യങ്ങൾ പുറത്തു പറയാറില്ല. ഉത്തരവാദിത്തപ്പെട്ട രാഷ്ട്രീയനേതാക്കളും ഭരണനേതാക്കളും അന്ന് ഇന്നത്തെപോലെ പരസ്പരം വിഴുപ്പലക്കുക പതിവില്ല. സത്യം മൂടിവെച്ച് പച്ചക്കള്ളം മാത്രംപറഞ്ഞു നടക്കാറുമില്ല. രാജൻ കേസിൽ താൻ അപരാധിയല്ലെന്ന് അന്നദ്ദേഹം പറഞ്ഞു. എന്നാൽ ഭരണാധികാരി എന്ന നിലയിൽ തനിക്ക് നിരപരാധിയെന്ന് പറഞ്ഞ് ഒരിക്കലും കൈകഴുകാനാവില്ലെന്നും അതുകൊണ്ടാണ് മുഖ്യമന്ത്രിപദം രാജിവെക്കുന്നതെന്നും അന്നദ്ദേഹം പറഞ്ഞു. ഒരു മണിക്കൂർ നീണ്ട സംഭാഷണത്തിനിടയിൽ അദ്ദേഹം പതിവിനുവിരുദ്ധമായി മനസ്സു തുറന്നിരുന്നു. പ്രസിദ്ധീകരിക്കരുത് എന്നാവശ്യപ്പെട്ടശേഷം അദ്ദേഹം പറഞ്ഞ, സ്വന്തക്കാർ നൽകിയ വേദനയും ദുഃഖവും പിന്നീട് വളരെക്കാലം ഞാൻ മനസ്സിൽ സൂക്ഷിച്ചു.

അന്നത്തെ സംഭാഷണങ്ങളാണ് എന്നെ അദ്ദേഹത്തിന്റെ പേഴ്സണൽ സ്റ്റാഫിൽ എത്തിച്ചത്. യശഃശരീരനായ ഇ.സി. മാധവൻ നമ്പ്യാരായിരുന്നു എന്റെ ഗുരുനാഥൻ. അദ്ദേഹത്തിന്റെ നിർദ്ദേശ പ്രകാരം ഞാൻ മാതൃഭൂമി വിടുകയും കരുണാകരനോടൊപ്പം പോവുകയുമായിരുന്നു. ഒറ്റ നിബന്ധനയിൽ ആയിരുന്നു ആ യാത്ര. എ.കെ. ആന്റണിയും കെ.എം. മാണിയും പിന്തുണയ്ക്കുന്ന അന്നത്തെ മാർക്സിസ്റ്റ് ഭരണം നിലംപതിച്ചാൽ എനിക്ക് തിരിച്ചുപോരാം.

1980 ജൂൺ നാലിനായിരുന്നു ഞാൻ തിരുവനന്തപുരത്തേക്ക് യാത്ര തിരിച്ചത്. ഡ്രൈവർ വിജയൻ, ഗൺമാൻ രാമചന്ദ്രൻ നായർ, പിന്നെ ഞാനും. തോരാതെ മഴപെയ്ത ഒരു രാത്രി മുഴുവൻ ആ വെളുത്ത സ്റ്റേറ്റുകാറിലിരുന്ന് കരുണാകരൻ തന്റെ ജീവിതകഥ പറഞ്ഞു. ജീവിതത്തിന്റെ അറിയപ്പെടാത്ത മുഖങ്ങൾ ഉൾപ്പെടുത്തിക്കൊണ്ടുള്ള ഒരാത്മകഥ വരും തലമുറയ്ക്ക് നൽകണമെന്ന മോഹമായിരുന്നു അതിനു പിന്നിൽ. 1942 ആഗസ്റ്റ് 12ന് തൃശ്ശൂർ തേക്കിൻകാട്ടിൽ നിന്ന് പേലീസിന്റെ തല്ലു കിട്ടിയ സംഭവം മുതൽ അച്ചുതമേനോൻ മന്ത്രിസഭക്കാലത്തെ സംസ്ഥാന ഭരണത്തിൽ പോലീസ് മന്ത്രിയായിരുന്നതു വരെയുള്ള അനേകമനേകം സംഭവങ്ങൾ അദ്ദേഹം എണ്ണിയെണ്ണി പറഞ്ഞു.

കോൺഗ്രസ്സിൽ പനമ്പിള്ളിയുടെയും സി.കെ.ജിയുടെയും കാലം മുതൽ താൻ വേട്ടയാടപ്പെടാൻ തുടങ്ങിയതിന്റെ നിരവധി സംഭവങ്ങൾ അന്ന് അദ്ദേഹം ഓർത്തെടുത്തു. രാജൻ കേസ്സിൽ പാർട്ടിക്കകത്തും പുറത്തും നേരിടേണ്ടിവന്ന ഗൂഢാലോചനകൾ അദ്ദഹം എണ്ണിയെണ്ണി നിരത്തി. സത്യസന്ധമായി ഇതെല്ലാം രേഖപ്പെടുത്തണം അതായിരുന്നു അദ്ദേഹത്തിന്റെ ആവശ്യം. നടക്കാതെപോയ ഒരു മോഹം. പിൽക്കാലത്ത് അദ്ദേഹം 'പതറാതെ മുന്നോട്ട്' എന്ന പേരിൽ എഴുതിയ ജീവിതകഥ അന്നെന്നോട് പറഞ്ഞ ജീവിതയാത്രയുടെ മറ്റൊരു വീക്ഷണകോണിൽ നിന്നായിരുന്നു. അന്ന്, ഒരു വർഷത്തിനകം നായനാർ മന്ത്രിസഭ തകരുകയും കരുണാകരൻ ഉള്ളൂരിലെ ബ്രദേഴ്സ് ഹൗസിൽ നിന്നും നന്തൻകോട്ടെ ക്ളിഫ് ഹൗസിലേക്ക് താമസം മാറുകയും ചെയ്തപ്പോൾ, ഞാൻ അവിടെ തയ്യാറാക്കിവെച്ചിരുന്ന ജീവിതചരിത്ര ക്കുറിപ്പുകൾ നഷ്ടപ്പെടുകയായിരുന്നു.

കരുണാകരൻ ആദ്യം ഇടക്കാല മുഖ്യമന്ത്രിയായി. മുഹമ്മദ്കോയ ഉപമുഖ്യമന്ത്രി. പി.ജെ. ജോസഫായിരുന്നു ആഭ്യന്തരമന്ത്രി. തിരക്കുകളിലേക്കും ബഹളങ്ങളിലേക്കും കേരള രാഷ്ട്രീയവും കരുണാകരനും കടന്നുപോയി. ചരിത്രരചനയെന്ന ഉദ്യമം നിർത്തിവെച്ച് വെറും കയ്യോടെ ഞാൻ മാധ്യമലോകത്ത് മടങ്ങിയെത്തി. അന്നുമുതൽ കരുണാകരന്റെ ജീവിതയാത്ര ശ്രദ്ധാപൂർവ്വം നിരീക്ഷിച്ചുകൊണ്ടിരുന്നു. ഒരാസ്വാദകനായും, പലപ്പോഴും കടുത്ത വിമർശകനായും.

പതിനാലാമത്തെ വയസ്സിൽ കരുണാകരന്റെ വിദ്യാഭ്യാസം നിലച്ചു. കണ്ണിൽ നിന്നും വെള്ളം വരുന്ന ഒരസുഖമായിരുന്നു കാരണം. നേത്രവൈദ്യനായ നമ്പീശനെ കാണിക്കാനാണ് തൃശ്ശൂരിലുള്ള അമ്മാവന്റെ അടുത്തേക്കയച്ചത്. എന്നാൽ ആ വരവ് ഇന്നാട്ടിലേക്കുള്ള ഒരു കുടിയേറ്റമാവുകയായിരുന്നു. വെള്ളാനിക്കരയിൽ എസ്റ്റേറ്റ് ഉദ്യോഗം നോക്കിയിരുന്ന അമ്മാവനോടൊപ്പം താമസമാക്കിയ കരുണാകരൻ തൃശ്ശൂരിലെ ചിത്രകലാവിദ്യാലയത്തിൽ ചേർന്ന് ചിത്രരചനയിൽ ഡിപ്ളോമക്കാരനായി. എന്നാൽ അന്നത്തെ ആ നല്ല ചിത്രകാരനെ നമുക്ക് നഷ്ടപ്പെടാൻ പിന്നീട് കാരണങ്ങൾ ഏറെയുണ്ടായി.

19-ആമത്തെ വയസ്സ്. തൃശ്ശൂരിൽ പ്രജാമണ്ഡല രൂപീകരണം. തൃശ്ശൂർ തിരുവമ്പാടിയിലെ പത്തായപ്പുരയിൽപോയി വി. ആർ. കൃഷ്ണനെഴുത്തശ്ശന്റെ കയ്യിൽ നിന്ന് കാലണ മെമ്പർഷിപ്പ് കൈനീട്ടി വാങ്ങി. അങ്ങനെ കരുണാകരൻ അദ്ദേഹത്തിന്റെ രാഷ്ട്രീയ ജീവിതം തുടങ്ങുകയായി.

1942ൽ ക്വിറ്റ് ഇന്ത്യാ മൂവ്മെന്റിനിടെ തൃശ്ശൂർ തേക്കിൻകാട്ടിൽവെച്ച് പോലീസിന്റെ കയ്യിൽ നിന്ന് കിട്ടിയ ലാത്തിയടിയാണ് കരുണാകരനെ

ദേശീയപ്രസ്ഥാനത്തിൽ കണ്ണിചേർത്തത്. രാജ്യത്തിനുവേണ്ടി ത്രിവർണ്ണ പതാക കയ്യിലേന്തിയ കുറ്റത്തിന് മാസങ്ങളോളം വിയ്യൂർ സെൻട്രൽ ജയിലിൽ കഴിയേണ്ടിവന്നു.

അതിനുശേഷമാണ് തൃശ്ശൂർ നഗരസഭയിൽ ചെമ്പുക്കാവ് വാർഡിലേക്ക് ഉപതിരഞ്ഞെടുപ്പ് നടന്നത്. കരുണാകരൻ അന്ന് കോൺഗ്രസ് ടിക്കറ്റിൽ മത്സരിച്ച് വിജയിച്ചു. അങ്ങനെ തൃശ്ശൂർ മുൻസിപ്പൽ കൗൺസിലറായി ആ രാഷ്ട്രീയക്കാരന്റെ പൊതുജീവിതം തുടങ്ങുന്നു. അന്ന് കേരളം ഉത്ഭവിച്ചിട്ടില്ല. 1948ൽ കൊച്ചി നിയമസഭയിലേക്ക് നടന്ന തിരഞ്ഞെടുപ്പിൽ അദ്ദേഹം ഒല്ലൂക്കര മണ്ഡലത്തിൽ നിന്നും പ്രജാമണ്ഡലം സ്ഥാനാർത്ഥിയായി മത്സരിച്ചു വിജയിച്ചു. അധികം വൈകാതെ കൊച്ചിയും തിരുവിതാംകൂറും തമ്മിൽ ലയിച്ച് തിരുകൊച്ചിയായി. 52ലെ അടുത്ത തിരഞ്ഞെടുപ്പിൽ വിയ്യൂരിൽ നിന്നായിരുന്നു കരുണാകരൻ വിജയിച്ചത്. 54ൽ മണലൂരിൽ നിന്നും വിജയം ആവർത്തിച്ചു. നുകംവെച്ച കാളയായിരുന്നു അക്കാലത്തെ കോൺഗ്രസിന്റെ തിരഞ്ഞെടുപ്പ് ചിഹ്നം.

ഐക്യകേരളം രൂപീകൃതമായതിൽ പിന്നെ അദ്യ തിരഞ്ഞെടുപ്പ് 1957ൽ നടന്നു. അന്ന് കരുണാകരൻ തൃശ്ശൂർ ഡി.സി.സി. പ്രസിഡണ്ടാണ്. തൃശ്ശൂർ നിയോജകമണ്ഡലത്തിൽ നിന്നാണദ്ദേഹം മത്സരിച്ചത്. അവിടെനിന്നദ്ദേഹം തന്റെ ആദ്യത്തെ പരാജയം ഏറ്റുവാങ്ങി. ഇ.എം. എസ് മന്ത്രിസഭയിൽ ആരോഗ്യമന്ത്രിയായിരുന്ന സ്വതന്ത്രനായ ഡോ. എ.ആർ.മേനോനാണ് അന്ന് കരുണാകരനെ പരാജയപ്പെടുത്തിയത്. ജനങ്ങളുടെ വിധി എന്തായാലും അത് അംഗീകരിച്ചേമതിയാവൂ. അതിൽ നിന്ന് ഒരിക്കലും ഒളിച്ചോടരുത്. നന്ദിയും നന്ദികേടുമൊക്കെ തികഞ്ഞ നിസ്സംഗതയോടെ നേരിടണം. അതല്ലാത്തവർക്ക് പൊതുജീവിതം നയിക്കാനാവില്ല. തന്റെ ആദ്യകാലാനുഭവങ്ങൾ അതാണ് പഠിപ്പിച്ചതെന്ന് കരുണാകരൻ പറയാറുണ്ടായിരുന്നു.

അക്കാലത്ത് കരുണാകരൻ രാഷ്ട്രീയത്തിൽ ദിശമാറി മറ്റൊരു വഴികൂടി തിരഞ്ഞെടുത്തു. അന്നാണദ്ദേഹം ആദ്യമായി ട്രേഡ് യൂണിയൻ രംഗത്ത് കടന്നുവരുന്നത്. കേരള ദേശീയ കോൺഗ്രസ് എന്ന പേരിൽ ഒരു തൊഴിലാളി സംഘടന രൂപീകരിക്കുകയും അതിന്റെ നേതൃത്വം ഏറ്റെടുക്കുകയും ചെയ്തു. അക്കാലം വരെ കമ്മ്യൂണിസ്റ്റ് പാർട്ടി മാത്രം കയ്യടക്കി വെച്ചിരുന്ന ഒരു മേഖലയിലേക്കുള്ള കടന്നു കയറ്റം രാഷ്ട്രീയത്തിൽ ഏറെ എതിർപ്പും പ്രകോപനവുമുണ്ടാക്കി. അന്ന് എതിരാളികൾ സമ്മാനിച്ച ഓമനപ്പേരായിരുന്നു കരിങ്കാലി! ഒരു പുഞ്ചിരിയോടെ അന്നദ്ദേഹം അണികൾക്കും അനുകൂലികൾക്കും മുന്നിൽ തല ഉയർത്തി

നിന്നപ്പോൾ ആവേശം കൊണ്ടവർ തിരിച്ചുവിളിച്ച അതായിരുന്നു "നേതാവ്" എന്ന വിശേഷണം! അങ്ങനെ കരുണാകരൻ ജനങ്ങളുടെ നേതാവായി.

തൃശ്ശൂർ സീതാറാം, അളഗപ്പ, കുന്നത്ത് ടെക്സ്റ്റൈൽ മില്ലുകളിലും ആമ്പല്ലൂർ, ഒല്ലൂർ, മരത്താക്കര മേഖലയിലെ ഓട്ടുകമ്പനികളിലും അന്തിക്കാട്ടെ ചെത്തുതൊഴിലാളികൾക്കിടയിലും തൃശ്ശൂരിലെ പീടിക ത്തൊഴിലാളികൾക്കും മലക്കപ്പാറയിലേയും പാലപ്പിള്ളിയിലേയും എസ്റ്റേറ്റ് തൊഴിലാളികൾക്കും അങ്ങനെ ഈ നേതാവ് അനിഷേധ്യ നായി. തല്ലിന് തല്ല്. വെട്ടിന് വെട്ട് എന്നതായിരുന്നു അന്നത്തെ തന്റെ നിലപാടെന്നും അതായിരുന്നു അക്കാലങ്ങളിലെ വിജയരഹസ്യമെന്നും കരുണാകരൻ പറയാറുണ്ട്. തൊഴിലാളികൾ നൽകിയ അന്നത്തെ സ്നേഹവും സംതൃപ്തിയും തന്റെ പൊതുജീവിതത്തിൽ വേറൊരിടത്തും ലഭിച്ചിട്ടില്ലെന്ന് കരുണാകരൻ അനുസ്മരിച്ചിരുന്നു.

1960 മുതൽ 65 വരെ കരുണാകരനെ തിരഞ്ഞെടുപ്പ് രാഷ്ട്രീയത്തിൽ കണ്ടില്ല. ആദർശംകൊണ്ട് മത്സരിക്കാതിരുന്നതല്ല. പാർട്ടി ടിക്കറ്റ് കിട്ടിയില്ല. അതായിരുന്നു കാരണം. കരുണാകരൻ കുഴപ്പക്കാരനായ ഒരു നേതാവാണെന്ന് പ്രചരിപ്പിക്കാൻ പാർട്ടിക്കുള്ളിലും പുറത്തും അന്നേ ധാരാളം ലോബികൾ ഉണ്ടായിരുന്നു. 1965ൽ തൃശ്ശൂരിൽ മാള എന്ന പേരിൽ പുതിയ നിയോജകമണ്ഡലം നിലവിൽ വന്നു. മറ്റാരും അവിടെ മത്സരിക്കാനില്ലാത്തതിനാൽ കരുണാകരന് നറുക്ക് വീണു. കോൺഗ്രസ്സിൽനിന്ന് കേരള കോൺഗ്രസ് പിളർന്നുപോയ കാലം. അപരിചിതമായ ദേശം. എന്നിട്ടും ജനങ്ങൾക്കിടയിൽ കരുണാകരൻ നേതാവായി. പിന്നീട് 'മാളയുടെ മാണിക്യ'മായി. 1991 വരെ ഏഴു തവണയാണ് കരുണാകരൻ മാളയിൽ വിജയക്കൊടി പാറിച്ചത്.

ജനങ്ങളെ വിശ്വാസത്തിലെടുക്കുക, ആത്മാർത്ഥതയോടെ സ്നേ ഹിക്കുക. ഒരിക്കലും അവർ കൈവിടില്ല. രാഷ്ട്രീയത്തിന് ഉപരിയായി താൻ മാളയിൽ ആർജ്ജിച്ച ജനസമ്മതിയെക്കുറിച്ച് കരുണാകരൻ പറയാറുള്ളതിതാണ്. എതിർപ്പുകളുടേയും ആക്രമണങ്ങളുടേയും കീഴ്പ്പെ ടുത്തലുകളുടേയും കുറ്റവിചാരണകളുടേയും ഭരണചരിത്രമായിരുന്നു കരുണാകരന്റേത്. പിൽക്കാലത്ത് അദ്ദേഹം തന്നെ പറഞ്ഞുപോലെ മുന്നിൽ നിന്നും പിന്നിൽ നിന്നും നിരന്തരം കുത്തേറ്റ്, വേട്ടയാടപ്പെട്ട് പിന്നിട്ട ജീവിതം.

ആർ. ശങ്കറിന്റേയും സി.കെ. ഗോവിന്ദൻനായരുടേയും കാലത്തേ തുടങ്ങുന്നു കേരളത്തിൽ കോൺഗ്രസിലെ ഗ്രൂപ്പുവഴക്കും അധികാര വടംവലിയും. ഈ ഗ്രൂപ്പുവഴക്കിൽ ബലിയാടായ ഒരാളായിരുന്നു പി.ടി.

ചാക്കോ. ഈ പോരാട്ടത്തിൽ വടക്കോട്ട് വണ്ടികയറിപ്പോകേണ്ടി വന്നയാളായിരുന്ന കരുണാകരന്റെ രാഷ്ട്രീയഗുരുനാഥൻ പനമ്പിള്ളി ഗോവിന്ദ മേനോൻ. ആദർശ നിലപാടുകളായിരുന്നു അക്കാലത്തെ ഗ്രൂപ്പ് വഴക്കുകൾക്ക് അടിസ്ഥാനമെങ്കിൽ പിൽക്കാലത്താണത് അധികാരക്കൊതിയിലേക്ക് വഴിമാറിയത്.

അങ്ങനെ, കരുണാകരന്റെ നിയമസഭാ ജീവിതകാലമെത്തിയപ്പോൾ, 1967ൽ കോൺഗ്രസ്സിന് ആകെ കിട്ടിയത് ഒമ്പത് സീറ്റ്! അധികം വൈകാതെ കോൺഗ്രസ് ഇന്ദിരാ പക്ഷമെന്നും മൊറാർജി പക്ഷമെന്നും വേർപിരിഞ്ഞപ്പോൾ നാലു പേരുള്ള ഭരണ കോൺഗ്രസ്സിന്റെ നിയമസഭാകക്ഷിനേതാവെന്ന പരിതാപത്തിൽ തുടങ്ങുന്നു കരുണാകരന്റെ നിയമസഭാ നേതൃത്വം.

ഇ.എം.എസ്സിന്റെ സപ്തകക്ഷി മുന്നണിക്കെതിരെ ഐക്യകക്ഷിയെന്ന ലഘുമുന്നണി തട്ടിക്കൂട്ടുകയും വലതുപക്ഷ കമ്മ്യൂണിസ്റ്റുകളെ തങ്ങളുടെ ചേരിയിൽ കൊണ്ടുവരികയും ചെയ്തതിന്റെ ശില്പി കരുണാകരനായിരുന്നു. വലതു കമ്മ്യൂണിസ്റ്റുകളെക്കൊണ്ട് കരുണാകരൻ ചെങ്കൊടി പണയം വെപ്പിച്ചു എന്ന് അന്നുയർന്ന ആക്ഷേപങ്ങൾക്ക് കണക്കില്ല. ആന്റണിയുടേയും പി.സി. ചാക്കോയുടേയും വയലാർ രവിയുടേയും ഉമ്മൻചാണ്ടിയുടേയും നേതൃത്വത്തിലുള്ള യുവതുർക്കികളുടെ വിപ്ലവതർക്കങ്ങളെ വെല്ലുവിളിച്ചുകൊണ്ടാണ് കരുണാകരൻ 1971ൽ ആഭ്യന്തരമന്ത്രി പദം ഏറ്റെടുക്കുന്നത്. കോളേജ് സമരത്തിലൂടെയും മറ്റു നിരവധി സമരങ്ങളിലൂടെയും 'സമരം പൊളിക്കുന്ന' ഭരണാധികാരിയെന്ന കുറ്റവും കേരളത്തിന്റെ ഈ ആദ്യകാല ട്രേഡ് യൂണിയൻ നേതാവിന് ഏറ്റുവാങ്ങേണ്ടിവന്നു.

അടിയന്തരാവസ്ഥയ്ക്കു ശേഷം ഐക്യജനാധിപത്യ മുന്നണിയെ 111 സീറ്റിലേക്ക് വളർത്തിയപ്പോൾ അടിയന്തരാവസ്ഥയുടെ പാപം മുഴുവൻ കരുണാകരന്റെ തലയിൽ കെട്ടിവെച്ച് വിജയത്തിന്റെ നേട്ടം സ്വന്തമാക്കി ആന്റണിയും സംഘവും വഴിപിരിഞ്ഞു. ഒരുമാതിരിപ്പെട്ട നേതാക്കളൊക്കെ അന്ന് ആന്റണിയോടൊപ്പം അരശ് കോൺഗ്രസ്സും ബ്രഹ്മാനന്ദറെഡ്ഡി കോൺഗ്രസ്സുമായി.

അങ്ങ് ദില്ലിയിൽ ഇന്ദിരാഗാന്ധിയുടെ അവസ്ഥയും കരുണാകരനേക്കാൾ വ്യത്യസ്തമായിരുന്നില്ല. അടിയന്തരാവസ്ഥയിലെ പോലീസ് പീഡനങ്ങളുടേയും രാജൻ കേസ്സിന്റെയും അപവാദകഥകൾ അക്കാലത്ത് പെരുക്കി പ്രചരിപ്പിച്ചത് അകത്തുനിന്നും പുറത്തുനിന്നും കുത്താൻ താപ്പും തരവും നോക്കിനടന്ന സ്വന്തക്കാർ തന്നെയായിരുന്നു. ഇന്ദിരയെ ഇന്ത്യൻ യക്ഷിയെന്ന് ആക്ഷേപിച്ചതും അന്ന് മറ്റാരുമായിരുന്നില്ല.

അന്നാണ് കരുണാകരന് തന്റെ ജീവിതത്തിൽ അതുവരെ ഉണ്ടായിരുന്നതിൽ വച്ചേറ്റവും വലിയ ആഘാതവും ക്ഷീണവും സംഭവിച്ചത്.

തന്റെ എല്ലാ നിരപരാധിത്വവും ഗുരുവായൂരപ്പനിൽ സമർപ്പിച്ച് അവസാന ആശ്രയം ഭഗവാന് വിട്ട് കരഞ്ഞ് കണ്ണീരൊഴുക്കിയ ഈ കാലഘട്ടത്തിലായിരുന്നു എന്റെ പങ്കുചേരൽ. നന്ദാവനത്തുള്ള പോലീസ് ക്യാമ്പിനു മുന്നിലെ ചെറിയൊരു ഓടിട്ട വീടാണ് കെ.പി.സി.സി ആസ്ഥാനം. ആ മന്ദിരം ഇന്നത്തെ കോൺഗ്രസ്സുകാരിൽ മിക്കവരും കണ്ടിരിക്കാനിടയില്ല. പ്രൊഫ. കെ.എം. ചാണ്ടി പ്രസിഡന്റ്, കരുണാകരൻ ലീഡർ, തെന്നല ബാലകൃഷ്ണപിള്ള, ഡോ.കെ.ജി. അടിയോടി, എം.എം. ജേക്കബ്, പി.പി. ജോർജ്ജ്, ടി.എച്ച്. മുസ്തഫ, എൻ. രാമകൃഷ്ണൻ, എം.പി. ഗംഗാധരൻ, എ.എൽ. ജേക്കബ്, ബി.കെ. നായർ, തുണ്ടത്തിൽ കുഞ്ഞുകൃഷ്ണപിള്ള, ഈ. രമേശൻ നായർ, കെ.കെ. ബാലകൃഷ്ണൻ, എസ്. കൃഷ്ണകുമാർ, ഡോ. പി.കെ. ഗോപാലകൃഷ്ണൻ, സരസ്വതി കൊച്ചുകൃഷ്ണൻ, എം.എ. ജോൺ, ജോസ് കുറ്റിയാനി, കെ. ശങ്കരനാരായണൻ എന്നിങ്ങനെ എടുത്തുപറയേണ്ട ഒരുപാട് പേരുണ്ട് കരുണാകരന്റെ അന്നത്തെ സന്തതസഹയാത്രികർ. അവരാരും തന്നെ അന്ന് രാഷ്ട്രീയത്തിലെ ഒന്നാം നിരക്കാരായിരുന്നില്ല. മുല്ലപ്പള്ളി രാമചന്ദ്രൻ, ജി.കാർത്തികേയൻ, രമേശ് ചെന്നിത്തല, പന്തളം സുധാകരൻ, എം.എ. വാഹിദ്, ശരത്ചന്ദ്രപ്രസാദ്, എം. മോഹൻകുമാർ, ജോസഫ് വാഴയ്ക്കൽ, പുനലൂർ മധു, ഹിദ്ദൂർ മുഹമ്മദ്, കെ.പി. കുഞ്ഞിക്കണ്ണൻ, ശോഭന ജോർജ് തുടങ്ങി അന്നത്തെ യുവനിരയും കരുണാകരന് പിന്തുണയേകി. ഇവരിൽ ആരൊക്കെ പിൽക്കാലത്ത് എവിടെയെല്ലാം നിലയുറപ്പിച്ചു എന്നത് കൗതുകമേറിയ കാര്യമാണ്.

മുസ്തഫ അന്നു നടത്തിയ രാജ്ഭവൻ മാർച്ച് ചരിത്ര സംഭവമായി. അത് നായനാർ മന്ത്രിസഭയുടെ അന്ത്യം കുറിച്ചു. ആന്റണിയേയും കെ.എം. മാണിയേയും അടർത്തിയെടുത്ത് കരുണാകരൻ കേരള രാഷ്ട്രീയത്തിന്റേയും ഭരണത്തിന്റേയും നിറം മാറ്റി.

മാർക്സിസ്റ്റ് പാർട്ടിയോട് കൂട്ടുകൂടിയതിന്റെ സമസ്താപരാധവും ഏറ്റുപറഞ്ഞ് മാപ്പാക്കണമെന്നപേക്ഷിച്ചായിരുന്നു ആന്റണിയുടെയും അനുയായികളുടെയും തിരിച്ചുവരവ്. എന്നാൽ തിരിച്ചുവന്ന് അധികം വൈകാതെ അവർ ആദ്യം രഹസ്യമായും പിന്നീട് പരസ്യമായും കരുണാകരാക്രമണത്തിൽ മുഴുകി. അന്ത്യം വരെ അത് തുടരുകയും ചെയ്തു. തട്ടിൽ എസ്റ്റേറ്റിലെ സൂപ്രണ്ടിനെ വധിച്ച കേസിൽ കരുണാകരൻ പ്രതിയായത് തൊഴിൽ മേഖലയിലെ ട്രേഡ് സ്പർദ്ധയും പ്രതികാരവുമായിരുന്നുവെങ്കിൽ അടിയന്തരാവസ്ഥക്കാലം തൊട്ട് കരുണാകരനെ

വേട്ടയാടിയതു മുഴുവൻ പാർട്ടിക്കുള്ളിലെ ചക്കളാത്തിപ്പോരാട്ടങ്ങളും അധികാര മോഹങ്ങളുമായിരുന്നു. 1982 ൽ ആന്റണി പക്ഷം കോൺഗ്രസിൽ ലയിച്ചശേഷം തുടങ്ങിയ ആ ഓട്ടപ്പന്തയത്തിൽ എത്രയോ പ്രാവശ്യം കരുണാകരൻ ഒറ്റപ്പെട്ട് അടിതെറ്റിവീഴുന്ന അനുഭവമുണ്ടായി.

അക്കൂട്ടത്തിൽ സംഭവിച്ച വലിയൊരു വീഴ്ചയായിരുന്നു 1996ലെ തൃശ്ശൂർ ലോക്സഭ തിരഞ്ഞെടുപ്പിലെ പരാജയം. അന്ന് അരനൂറ്റാണ്ട് തികച്ച പൊതുപ്രവർത്തനങ്ങൾക്കൊടുവിൽ തന്റെ സ്വന്തം തട്ടകമെന്ന് കരുതിയ സ്ഥലത്തുനിന്ന് കിട്ടിയ തിരിച്ചടി കരുണാകരനെ വിവരിക്കാനാവാത്ത വിധം നിസ്സഹായനാക്കി.

1992 ജൂൺ മൂന്നിന് നടന്ന കണിയാപുരത്തെ കാറപകടമായിരുന്നു ആദ്യം വില്ലനായി കടന്നുവന്നത്. കാർത്തികേയനും രമേശനുമടങ്ങുന്ന ആശ്രിതസംഘം മുരളിപ്പേടിയുമായി പുറത്തുചാടി തിരുത്തൽവാദികളായി. ചാരക്കേസ് ഉയർത്തിക്കൊണ്ടുവന്ന് കരുണാകരനെ അധികാരത്തിൽ നിന്നും പടിയിറക്കിവിട്ടു. മുല്ലപ്പള്ളി അതിനെല്ലാം വളരെ മുമ്പുതന്നെ വിടചൊല്ലിപ്പിരിഞ്ഞിരുന്നു. വയലാർ രവിയും ചാക്കോയും കരുണാകരനെ കയ്യൊഴിഞ്ഞു. തുടർന്നുള്ള യാത്രയിൽ വലിയവരും ചെറിയവരുമായ വിശ്വസ്തർ മുഴുവൻ യാത്രാമൊഴി പറയുകയായിരുന്നു. കരുണാകരന്റെ പേരിൽ തൃശ്ശൂരിൽ സപ്തതി സ്മാരക മന്ദിരം പണികഴിപ്പിച്ച സി.എൻ. ബാലകൃഷ്ണൻ വരെ അക്കൂട്ടത്തിലുണ്ടായിരുന്നു. ഐ ഗ്രൂപ്പുകൾ മുഴുവൻ കരുണാകര വിരുദ്ധ ഗ്രൂപ്പുകളായി. ഏറ്റവും ഒടുവിൽ അവശേഷിച്ചത് തിരുവനന്തപുരത്ത് ഒരു പീതാംബരക്കുറുപ്പോ തൃശ്ശൂരിൽ ഒരു ടി.വി. ചന്ദ്രമോഹനനോ മറ്റുമായിരുന്നു.

ആദ്യം മകന്റെ രാഷ്ട്രീയ രംഗപ്രവേശമായിരുന്നു കുഴപ്പങ്ങൾക്കൊക്കെ കാരണമായി ചൂണ്ടിക്കാട്ടിയത്. പിന്നീട് മകളുടേതായി. പക്ഷേ, അതെല്ലാം കരുക്കൾ മാത്രമായിരുന്നു. കരുണാകരനെ നിലംപരിശാക്കലായിരുന്നു എല്ലാറ്റിനും പിന്നിലുള്ള ലക്ഷ്യം. മുരളീധരൻ മറ്റേതൊരു കോൺഗ്രസ് നേതാവിനേയുംപോലെ മിടുക്കു മാത്രമല്ല, ബുദ്ധിമോശവും കാണിച്ചിട്ടുണ്ട്. മുരളീധരൻ എന്ന കെ.പിസി.സി. പ്രസിഡന്റിനെ കരുണാകരനാണ് മറ്റേതൊരു കോൺഗ്രസ് നേതാവിനെക്കാളേറെ വിമർശിച്ചിട്ടുള്ളത്. ആന്റണിയും കൂട്ടാളികളും മറ്റേത് കെ.പി.സി.സി. പ്രസിഡന്റിനേക്കാൾ മുരളീധരനെ പ്രകീർത്തിച്ചിട്ടുമുണ്ട്. പക്ഷേ, മക്കൾ രാഷ്ട്രീയമെന്ന ആയുധം പ്രയോഗിച്ച് കരുണാകരനെ നിശ്ശബ്ദനാക്കാനും അസ്വീകാര്യനാക്കാനും ഉള്ള ഗൂഢാലോചനകളിൽ ആവശ്യക്കാരൊക്കെ ഗ്രൂപ്പിനതീതമായി കക്ഷിചേരുകയായിരുന്നു.

സി.പി.എം. ഒഴിച്ചുള്ള എല്ലാ കക്ഷികളും ഒരിക്കലല്ലെങ്കിൽ മറ്റൊരിക്കൽ കരുണാകരനു കീഴിൽ അധികാരം പങ്കിട്ടവരാണ്. എന്നാൽ താപ്പും തരവും നോക്കി കോൺഗ്രസുകാരെപ്പോലെ ഇവരും കരുണാകരനെ കയ്യൊഴിയുകയും തള്ളിപ്പറയുകയും ചെയ്തിട്ടുണ്ട്. മുന്നണി രാഷ്ട്രീയത്തിന്റെ അവസരോചിതനേട്ടങ്ങൾക്കുവേണ്ടി കരുണാകരനെ തള്ളിപ്പറയാത്ത ഒരു ഘടകകക്ഷിയും മുന്നണിയിലുണ്ടായിട്ടില്ല. പത്മജ തിരഞ്ഞെടുപ്പിൽ മത്സരിച്ചതിന് പ്രതിക്കൂട്ടിൽ കയറി നിന്നത് കരുണാകരൻ മാത്രമായിരുന്നു. മുരളീധരന് ആദ്യത്തെ ലോകസഭ ടിക്കറ്റ് ലഭിച്ചപ്പോൾ 'മൂത്രശങ്ക' ആരോപിച്ച് കരുണാകരനെ കളിയാക്കുകയായിരുന്നു എതിരാളികൾ. മരണക്കിടക്കയിലും പാമോയിൽ കേസ് കരുണാകരനെ വട്ടംചുറ്റി നിൽക്കുകയായിരുന്നു.

കരുണാകരനെ കാലങ്ങളേറെ വേട്ടയാടിയ മനുഷ്യാവകാശ പ്രവർത്തകനായിരുന്നു നവാബ്. കരുണാകരനില്ലെങ്കിൽ നവാബ് ഉണ്ടാകുമായിരുന്നില്ല എന്ന് പറയുന്നതാണ് കൂടുതൽ ശരി.

കരുണാകരൻ 28 വർഷം എം.എൽ.എയായിരുന്നു. ഏഴുകൊല്ലം ആഭ്യന്തരമന്ത്രിയായി. നാലു തവണ മുഖ്യമന്ത്രിയായും നാലുതവണ പ്രതിപക്ഷ നേതാവുമായി. രണ്ടു പ്രാവശ്യം ലോക്സഭാംഗമായി. ഒരിക്കൽ രാജ്യസഭാംഗവും. കേന്ദ്രത്തിൽ വ്യവസായ വകുപ്പ് മന്ത്രിയായി പണ്ഡിറ്റ് ജവഹർലാൽനെഹ്റു, മകൾ ഇന്ദിരാഗാന്ധി, മകൻ രാജീവ് ഗാന്ധി മരുമകൾ സോണിയ ഗാന്ധി എന്നിവർക്കൊപ്പം പ്രവർത്തിച്ചു. നിരവധി കാലം കോൺഗ്രസിന്റെ വർക്കിങ് കമ്മിറ്റിയിൽ അംഗമായിരുന്നു. സ്വയം വന്നുചേർന്ന പദവികളായിരുന്നില്ല ഇവയൊന്നും. പൊരുതി നേടിയ നേട്ടങ്ങളായിരുന്നു ഇവയിൽ പലതും. കരുണാകരൻ കയ്യടക്കിയ കസേരകൾ തട്ടിത്തെറിപ്പിക്കാനും തട്ടിപ്പറിക്കാനുമാണ് അടുപ്പമുള്ളവരും അകന്നു നിന്നവരും ഭിന്നത കൂടാതെ ഒളിഞ്ഞും തെളിഞ്ഞും ശ്രമിച്ചത്. മത്സരിച്ചതും.

ആശ്രിതവാത്സല്യം, മക്കൾ രാഷ്ട്രീയം, തട്ടിൽ കേസ്, ചാരക്കേസ്, രാജൻ കേസ്, പാമോയിൽ കേസ് അങ്ങനെ പലതും തക്കം നോക്കി അതിനവർ പ്രയോഗിച്ചു. പ്രിയപ്പെട്ടവരെന്നു പറഞ്ഞു നടന്നവരും അല്ലാത്തവരും നേതാവിനെ തള്ളിപ്പറയാൻ കാരണങ്ങൾ തേടി നടന്നു.

രാഷ്ട്രീയത്തിലെന്നപോലെ തന്നെ ഭാഗ്യനിർഭാഗ്യങ്ങളുടെ ഊഞ്ഞാലാട്ടമായിരുന്നു കരുണാകരന് ഒരു ഘട്ടത്തിൽ കുടുംബജീവിതവും. ഭാര്യ കല്ല്യാണിക്കുട്ടിയമ്മയുടെ വിയോഗം കരുണാകരന് സമ്മാനിച്ച ആഘാതം വലുതായിരുന്നു. മക്കളാകട്ടെ ഒരു സന്ദർഭത്തിൽ

രാഷ്ട്രീയത്തിന്റെ പേരിൽ ഉയർത്തിയ ഭിന്നതകൾ അതിരുകൾ ലംഘിക്കുമ്പോൾ അതിൽ കക്ഷിചേർന്നും കക്ഷിചേരാതെയും കരുണാകരൻ നിർനിമേഷനായി. മകന്റെ ഭാവി ആ അച്ഛന്റെ വലിയൊരു ആശങ്കയായിരുന്നു. മകൻ അച്ഛനോളം വളരുന്നതും നേടിയതെല്ലാം തകർത്തെറിയുന്നതും ആ പിതാവ് ഏറെ നിസ്സഹായനായിട്ടാണ് പലപ്പോഴും നോക്കിക്കണ്ടത്. ഒരു മനുഷ്യായുസ്സുമുഴുവൻ ഉണ്ടാക്കിയെടുത്ത യശസ്സ് ഒരു ഘട്ടത്തിൽ സ്വന്തം മകനുവേണ്ടി ആ പിതാവ് കളഞ്ഞുകുളിക്കുമ്പോൾ ഉറ്റവർപോലും അതുകണ്ട് അമ്പരന്ന് നിൽക്കുകയായിരുന്നു. അങ്ങനെ രാഷ്ട്രീയത്തിലെ അതുവരെയില്ലാത്ത ഒരു പേരുദോഷത്തിലേക്കുവരെ കരുണാകരൻ നടന്നു നീങ്ങി.

എല്ലാം കെട്ടടങ്ങുമ്പോഴും ഒരു വലിയ ഖേദം ബാക്കിവെച്ചാണ് കരുണാകരൻ കടന്നുപോകുന്നത്. താൻ ജീവിതാന്ത്യംവരെ കഴിച്ചുകൂട്ടിയ തന്റെ പാർട്ടിയിൽ വഴിതെറ്റിപ്പോയ മകന് പ്രവേശനം നേടിയെടുക്കുക എന്നത് ആ പിതാവിന്റെ അന്ത്യാഭിലാഷങ്ങളിലൊന്നായിരുന്നു. അതിനായി അദ്ദേഹം സമീപിക്കാത്ത നേതാക്കളുണ്ടായിരുന്നില്ല. ജീവിതത്തിൽ ഉറ്റവരിൽ നിന്നും ഉടയവരിൽ നിന്നും ഏറ്റുവാങ്ങിയ അനേകമനേകം സങ്കടങ്ങൾക്കൊപ്പം സഫലമാകാതെ പോയ ഏറ്റവും വലിയ മോഹത്തിന് തടസ്സം നിന്നവർ അന്യരുമായിരുന്നില്ല.

രണ്ടറ്റവും കൊട്ടാനുപയോഗിച്ച ഒരു ഉരുട്ടുചെണ്ടയായിരുന്നു മാധ്യമങ്ങൾക്ക് കരുണാകരൻ. പറയാത്ത കാര്യങ്ങളോ ആലോചിക്കാത്ത വിഷയങ്ങളോ തലയിൽ വെച്ചുകെട്ടി കരുണാകരനെ അവർ എത്രയോ വെള്ളം കുടിപ്പിച്ചിരിക്കുന്നു.

ഭക്ഷണം കഴിക്കാനും നുണപറയാനും മാത്രമേ കരുണാകരൻ വാതുറക്കൂ എന്നുവരെ പ്രചരിപ്പിച്ചത് രാഷ്ട്രീയ എതിരാളികളും മാധ്യമങ്ങളും ചേർന്നായിരുന്നു. എന്നിട്ടും എല്ലാം മതിയാക്കി കാശിയിൽ പോയി സന്യസിക്കാൻ അദ്ദേഹത്തിന് മനസ്സുണ്ടായില്ല. സഹിക്കാനുള്ളതൊക്കെ സഹിച്ചു. അനുഭവിക്കാനുള്ളതൊക്കെ അനുഭവിച്ചു തീർത്തു.

1992 ലെ കാറപകടത്തിനുശേഷം ഒരഞ്ചു തവണയെങ്കിലും ഞാനും കരുണാകരന്റെ മരണത്തിന് വാർത്തയെഴുതി കാത്തിരുന്നിട്ടുണ്ട്. ഞാൻ മാത്രമല്ല, കേരളത്തിലെ എല്ലാ പത്രങ്ങളിലും അങ്ങനെയുള്ള മുന്നൊരുക്കങ്ങൾ നടത്തിയിരിക്കും. ഇത് പത്രപ്രവർത്തകരുടെ മാത്രം നിയോഗമായിരുന്നില്ല. ഏറ്റവും ഒടുവിൽ ഡിസംബർ പത്തുമുതൽ അനന്തപുരി ആശുപത്രിയിലെ വെന്റിലേറ്ററിൽ കഴിയുമ്പോൾ ഉത്തരവാദപ്പെട്ട പാർട്ടി പ്രവർത്തകർ മെനഞ്ഞ കഥകൾ പലതും പുറത്തുപറയാൻ തന്നെ കൊള്ളാത്തവയായിരുന്നു.

എതിർത്തവരായാലും അനുകൂലിച്ചവരായാലും രാഷ്ട്രീയക്കാർക്ക് തുറന്നു പറയാൻ കൊള്ളാത്ത കുറേ കാര്യങ്ങളാണ് ഇതിൽ കുറിച്ചത്. കുറച്ച് കാലമെങ്കിലും അദ്ദേഹത്തോടൊപ്പം നിൽക്കാൻ കഴിഞ്ഞതിന്റെ ഒരു നിരീക്ഷണമാണിത്. കുറ്റവിചാരണയല്ല. കേരളം ആ വിയോഗത്തിൽ രണ്ടു ദിവസം വിതുമ്പിയപ്പോൾ, എനിക്കു തോന്നിപ്പോയത് ആരുടെയെല്ലാമോ പ്രായശ്ചിത്തവും കുറ്റബോധവുമാണ് ആ വിലാപങ്ങളായി പുറത്തുവരുന്നതെന്നാണ്.

കണ്ണീർച്ചാലുകൾ നീന്തിക്കയറിയ ചിരി

എ. സജീവൻ

രാഷ്ട്രീയത്തിൽ നിതാന്തശത്രുക്കളോ മിത്രങ്ങളോ ഇല്ല എന്നാണ് പറയുക. എങ്കിലും മരണശേഷം തന്നെ പലരും വാഴ്ത്തിപ്പറഞ്ഞ വാക്കുകൾ കേട്ട് ലീഡറുടെ ആത്മാവ് ജീവിതത്തിലെന്നപോലെ ഊറിച്ചിരിച്ചിട്ടുണ്ടാവും.

ജീവിതത്തിലുടനീളം തിരിച്ചടികളും, പിറകിൽനിന്നു കുത്തലും ഒപ്പം നിന്ന് ചതിക്കലുമെല്ലാം അനുഭവിച്ച കെ. കരുണാകരന്റെ അത്മാവിന് ചിരിക്കാതിരിക്കാൻ കഴിയുന്നതെങ്ങനെ? ജീവിച്ചിരിക്കുമ്പോഴും വേദന ഉള്ളിലൊതുക്കി ഊറിച്ചിരിച്ചയാളാണല്ലോ കെ. കരുണാകരൻ.

പ്രതിസന്ധികളിൽ നിന്ന് ഊർജ്ജം നേടാൻ കഴിഞ്ഞ ഒരേയൊരു നേതാവെന്നാണ് കെ. കരുണാകരനെപ്പറ്റി എല്ലാവരും പറയുക. അത് മറ്റാരും നൽകിയ വിശേഷണമായിരുന്നില്ല. കെ. കരുണാകരൻ തന്നെയാണ് തന്നെപ്പറ്റി ആദ്യമായി അങ്ങനെ പറഞ്ഞത്. ഓരോ പ്രതിസന്ധി വരുമ്പോഴും അത് അദ്ദേഹം ആവർത്തിക്കുകയും ചെയ്തു.

സത്യത്തിൽ ലീഡർക്ക് അതൊരു കവചമായിരുന്നു. ഏറ്റവും പ്രിയപ്പെട്ടവരിൽ നിന്നുപോലും കനത്തിൽ തിരിച്ചടികൾ നേരിടേണ്ടിവരുമ്പോഴുണ്ടാകുന്ന മനോവേദന മറ്റുള്ളവരിൽ നിന്ന് മറച്ചുവയ്ക്കാനുള്ള മറ.

തകർച്ചയിലും ഇടറി വീഴാതിരിക്കാൻ സ്വയമുണ്ടാക്കിയ ആ സാന്ത്വനവാക്ക് ലീഡർക്ക് ശക്തിനൽകി. അത്തരമൊരു ശക്തി ലഭിച്ചില്ലായിരുന്നെങ്കിൽ കെ. കരുണാകരൻ എന്ന നേതാവിന്റെ രാഷ്ട്രീയ

ജീവിതം കോൺഗ്രസിനു പുറത്തും പാർട്ടികളുള്ളിലുമുള്ള 'ശത്രുക്കളും അസൂയക്കാരും' എന്നേ അവസാനിപ്പിക്കുമായിരുന്നു.

അതിശക്തമായ പ്രതിസന്ധികൾക്കു നടുവിൽപ്പെട്ട പല ഘട്ടങ്ങളിലും ലീഡറെ കണ്ടിട്ടുണ്ട്. മാധ്യമപ്രവർത്തകൻ എന്ന നിലയിൽ വിവാദങ്ങൾ സംബന്ധിച്ച നോവിക്കുന്ന ചോദ്യം ചോദിക്കാൻ തന്നെയാണ് ഞങ്ങൾ അപ്പോഴൊക്കെ ലീഡറുടെ മുന്നിൽ എത്താറുള്ളത്.

കെ. കരുണാകരൻ ഏറ്റവും സൗഹൃദം ഭാവിച്ച് സ്വീകരിച്ചിട്ടുള്ളത് ആ സന്ദർഭങ്ങളിലായിരുന്നു. "എന്തൊക്കെയാണ് വിശേഷങ്ങൾ... ഉം... പറയൂ..." എന്ന് പറഞ്ഞ് തന്റെ വാക്കുകൾ സ്വയം ആസ്വദിച്ചെന്ന പോലെ തലയാട്ടി പുഞ്ചിരിച്ച് കണ്ണിറുക്കിയൊരു നോട്ടമുണ്ട് ലീഡർക്ക്.

'ഉലകു സൃഷ്ടിച്ചു ഭരിച്ചു സംഹരിച്ചിളകുന്ന ചില്ലിയുള്ളഭംഗിയും' എന്ന മഹാഭാരതത്തിലെ ശ്രീകൃഷ്ണവർണ്ണനയാണ് അപ്പോൾ മനസ്സിൽ തോന്നുക.

'ഇതിലും വലിയ പ്രതിസന്ധികളൊക്കെ ഞാൻ എത്ര കണ്ടതാ...?' എന്ന ഭാവമായിരിക്കും കുസൃതിയിൽ നിറഞ്ഞുനിൽക്കുന്ന കൺകോണുകളിൽ അപ്പോൾ ഉണ്ടാവുക.

പക്ഷേ, ആ കണ്ണിറുക്കിച്ചിരിക്കു പിന്നിൽ കണ്ണീർത്തുള്ളികൾ ഒളിഞ്ഞിരിക്കുന്നതായി അപ്പോഴെല്ലാം തോന്നിയിരുന്നു. ഏറ്റവും വലിയ തിരിച്ചടികളിലും തളരാതിരിക്കാൻ മനസ്സ് ഇടറാതിരിക്കാൻ ഏറെ കരുതലുണ്ടായിരുന്ന ലീഡർ തന്നെയായിരുന്നു കെ. കരുണാകരൻ.

ചുറ്റും നിന്ന് ഭക്തിപൂർവ്വം ചിരിക്കുന്നവർ ഏതു നേരവും ശത്രുപക്ഷത്തേക്ക് ചാഞ്ഞ് തന്റെ ചോര ചിന്താൻ ശ്രമിക്കുമെന്ന് അദ്ദേഹം പലതവണയുണ്ടായ അനുഭവങ്ങളിലൂടെ തിരിച്ചറിഞ്ഞതാണ്. എങ്കിലും, അടുത്തുനിൽക്കുന്നവരോട് അവിശ്വാസം കാണിക്കാൻ അദ്ദേഹം തുനിഞ്ഞില്ല.

തന്റെ ഭഗവാനെപ്പോലെ എന്നും 'ആശ്രിതവത്സലനാ'യി വിശേഷിപ്പിക്കപ്പെടാൻ കരുണാകരൻ ആഗ്രഹിച്ചു. ആശ്രിതന്മാരെച്ചൊല്ലി തന്റെ നേരെ വിവാദങ്ങളുണ്ടാകുമ്പോഴും അദ്ദേഹം കണ്ണിറുക്കി പുഞ്ചിരിച്ചു. വിവാദങ്ങൾ താൻ ആസ്വദിക്കുകയാണെന്ന് വരുത്താനും ആരോപണ ശരങ്ങൾക്ക് തന്നെ മുറിവേൽപ്പിക്കാനാവില്ലെന്ന് ശത്രുക്കളെ ബോധ്യപ്പെടുത്തി അവരെ ദുർബ്ബലരാക്കാനുമുള്ള തന്ത്രമായിരുന്നു ആ ചിരി.

കണ്ണൂരിൽ നിന്നു കണ്ണുചികിത്സയ്ക്കായി തൃശ്ശൂരിലെത്തിയപ്പോൾ തന്നെക്കാത്ത് വലിയൊരു രാഷ്ട്രീയഭാവിയും കടുത്ത പരീക്ഷണങ്ങളും മുന്നിലുണ്ടെന്ന് കെ. കരുണാകരൻ ചിന്തിച്ചിരുന്നില്ല.

ഗാന്ധിജിയുടെ പ്രസംഗം കേട്ട് മേൽകീഴ് നോക്കാതെ സ്വാതന്ത്ര്യ സമരത്തിലേക്ക് ചാടിയിറങ്ങി ജയിലഴിക്കുള്ളിലായപ്പോൾ ബന്ധുക്കളും കരുതിയില്ല 'ഈ തലതെറിച്ചവൻ' രക്ഷപ്പെടുമെന്ന്.

അവരെല്ലാം ആശങ്കപ്പെട്ടപോലെയാണ് പിന്നീട് കാര്യങ്ങൾ നീങ്ങിയത്. ചിത്രകല പഠിക്കാൻ ചേർന്നവൻ പനമ്പിള്ളിയുടെ ആശ്രിതനായി രാഷ്ട്രീയം കളിച്ചു നടക്കാൻ തുടങ്ങി. കണ്ണൂരിൽ നിന്നു വന്ന 'ചെക്കൻ' പനമ്പിള്ളിയുടെ പ്രിയപ്പെട്ടവനായി മാറിയത് പിടിക്കാത്ത കോൺഗ്രസുകാർ ഒട്ടേറെയുണ്ടായിരുന്നു. പാർട്ടിക്കുള്ളിലെ കരുണാകരന്റെ അദൃശ്യ ശത്രുക്കൾ.

കോൺഗ്രസ്സുകാർക്ക് ബാലികേറാമലയായിരുന്ന സീതാറാം മിൽസിൽ തൊഴിലാളി സംഘടനയുണ്ടാക്കാൻ കരുണാകരനെ പനമ്പിള്ളി നിയോഗിച്ചപ്പോൾ ലീഡറുടെ പരാജയത്തിന്റെ തുടക്കമാണതെന്ന് പലരും കരുതി.

ഒരു രാഷ്ട്രീയ പരിചയവും പാരമ്പര്യവുമില്ലാത്ത കരുണാകരൻ ആദ്യം കാണിച്ച മായാജാലവും അതായിരുന്നു. കമ്യൂണിസ്റ്റ് കോട്ടയിൽ കോൺഗ്രസ്സിനൊരു തൊഴിലാളി സംഘടന നിലവിൽ വന്നു. തൊഴിലാളികൾക്കിടയിൽ ഭിന്നിപ്പുണ്ടാക്കി ശക്തി ക്ഷയിപ്പിക്കാനെത്തിയ മുതലാളി ചാരനെന്നും കരിങ്കാലിയെന്നും കരുണാകരൻ വിശേഷിപ്പിക്കപ്പെട്ടു. കരുണാകരനെ ആക്രമിക്കുമെന്ന് ഭീഷണിയുണ്ടായി.

എന്നാൽ, പാർട്ടിക്കു പുറത്തെയും അകത്തെയും ശത്രുക്കളെ അത്ഭുതപ്പെടുത്തി കരുണാകരൻ ജയിച്ചുകയറി.

ഏതു പ്രതിസന്ധിയിലും വിജയത്തിനുള്ള അവസരമുണ്ടെന്ന തത്ത്വം കെ. കരുണാകരനെന്ന രാഷ്ട്രീയ നേതാവ് തിരിച്ചറിഞ്ഞ ആദ്യ സന്ദർഭം.

തൃശ്ശൂരിൽ തന്നെയുള്ള തട്ടിൽ എസ്റ്റേറ്റിലെ തൊഴിലാളികളെ സംഘടിപ്പിക്കാനുള്ള നിയോഗത്തിൽ കൂടുതൽ കടുത്ത പരീക്ഷണങ്ങളാണ് കെ. കരുണാകരനു നേരിടേണ്ടി വന്നത്. ഒരു പക്ഷേ, കൊലയാളി എന്ന പേരിൽ ജീവപര്യന്തം ജയിൽവാസം ലഭിക്കുമായിരുന്ന പ്രതിസന്ധിയാണ് ഇത്തവണ നേരിടേണ്ടിവന്നത്.

കെ. കരുണാകരന്റെ നേതൃത്വത്തിലുള്ള തൊഴിലാളി സംഘടന നിലവിൽ വന്ന തട്ടിൽ എസ്റ്റേറ്റിലെ സുപ്രണ്ട് ജോൺ കൊലചെയ്യപ്പെടുന്നു. സുപ്രണ്ടിനെ കൊന്നത് കരുണാകരനാണെന്ന പ്രചരണം കാട്ടുതീപോലെ പടരുന്നു. 'തീ പടർത്താൻ' പാളയത്തിനുള്ളിലുള്ള ചിലരും ഉത്സാഹിച്ചിരുന്നത്രെ. സാഹചര്യത്തെളിവുകളുടെ അടിസ്ഥാനത്തിൽ (സമ്മർദ്ദങ്ങളുടെ ഫലമായെന്നും സംസാരമുണ്ട്) പോലീസ് കരുണാകരനെ പ്രതിയാക്കുന്നു.

കൊലയാളി കരുണാകരനെ ഒരു തവണയെങ്കിലും കയ്യാമം വെച്ച് നടത്തിക്കണമെന്ന് പലർക്കും വാശി. അതറിഞ്ഞ കരുണാകരൻ മുങ്ങി. രണ്ടുമാസക്കാലം പാർട്ടിക്കാർപോലും അറിയാത്തൊരിടത്ത് ഒളിവിൽ. പിന്നെ കുന്നംകുളം കോടതിയിൽ ഹാജരാവുകയായിരുന്നു. കരുണാകരനെതിരെ പ്രഥമദൃഷ്ട്യാ കേസില്ലെന്നു കണ്ട് കോടതി വിട്ടയച്ചു. അന്ന് ശത്രുക്കളുടെ കരുനീക്കം വിജയിച്ചിരുന്നെങ്കിൽ കെ. കരുണാകരനെന്ന അനേകം വിശേഷണങ്ങളുള്ള ലീഡർ ഉണ്ടാവുമായിരുന്നില്ല. പകരം ആരും ഗൗനിക്കാത്ത കെ. കരുണാകരൻ എന്ന കൊലക്കേസിലെ തടവുകാരനേ ഉണ്ടാകുമായിരുന്നുള്ളൂ.

കടുത്ത രണ്ടു പരീക്ഷണങ്ങളിൽ വിജയിച്ചതോടെയാണ് കരുണാകരന്റെ രാഷ്ട്രീയ ജാതകം തെളിഞ്ഞത്. അതിന് അവസരമൊരുക്കിയത് കരുണാകരനെ ആശ്രിതവാത്സല്യം പഠിപ്പിച്ച പനമ്പിള്ളി ഗോവിന്ദ മേനോനും.

പനമ്പിള്ളിയുടെ താൽപര്യത്തിൽ കൊച്ചി നിയമസഭയിലും തിരുക്കൊച്ചി നിയമസഭയിലും കരുണാകരൻ അംഗമായി. പിന്നെ ഏറെക്കാലം കേരളനിയമസഭയിലെ 'സ്ഥിരാംഗ'മായി. 'മാളയിലെ മാണിക്യ'മായി. അപ്പോഴും പ്രതിസന്ധികൾ കരുണാകരന്റെ ജീവിതത്തിൽ ചാടിപ്പിടിക്കാൻ തക്കംപാർത്ത് പിറകിൽത്തന്നെയുണ്ടായിരുന്നു.

67ലെ നിയമസഭാ തിരഞ്ഞെടുപ്പ് ശക്തമായ പരീക്ഷണമായി കരുണാകരന്. തിരഞ്ഞെടുപ്പിൽ കോൺഗ്രസ് എട്ടുനിലയിൽ പൊട്ടി. 133 അംഗനിയമസഭയിൽ കരുണാകരൻ ഉൾപ്പെടെ ഒമ്പതു കോൺഗ്രസ്സുകാർ മാത്രം. ലീഡർ ആസ്വദിച്ചു പറയാറുള്ളതുപോലെ 'ഒരു കാറിൽ ഒതുങ്ങുന്നത്രയും പേർ'.

പ്രതിപക്ഷമെന്നത് ഭരണക്കാർക്ക് പരിഹാസ കഥാപാത്രങ്ങളായി. മൃഗീയ ഭൂരിപക്ഷമുള്ളപ്പോൾ അവരെന്തിന് പ്രതിപക്ഷത്തെ ഗൗനിക്കണം. ആർക്കും വേണ്ടാത്ത പ്രതിപക്ഷനേതാവിന്റെ കസേര ഏറ്റെടുക്കേണ്ടി വന്നത് കെ. കരുണാകരൻ. കോൺഗ്രസിന്റെ ശവപ്പെട്ടിയിൽ ആണിയടിച്ചുവെന്നും നയിക്കാൻ നേതാക്കളില്ലാത്ത കോൺഗ്രസിന് ഇനി കേരളത്തിൽ മുളച്ചുപൊങ്ങാൻ കഴിയില്ലെന്നും ശത്രുക്കളും മിത്രങ്ങളുമെല്ലാം തരംകിട്ടുമ്പോഴെല്ലാം പറഞ്ഞു.

എന്തു പാളിച്ചയുണ്ടായാലും കുറ്റാരോപണത്തിന്റെ കുന്തമുന മുഴുവൻ തന്റെ നേരെയാവുമെന്ന് കരുണാകരന് അറിയാം. അതുകൊണ്ട് അദ്ദേഹം ശ്രദ്ധിച്ചു കരുക്കൾ നീക്കി. ഈ പ്രതിസന്ധിയൊന്നും തന്നെ ക്ഷീണിപ്പിച്ചിട്ടില്ലെന്ന് മറ്റുള്ളവരെ ധരിപ്പിക്കാൻ കണ്ണിറുക്കിയുള്ള ചിരി

പരിശീലിച്ചു. മനസ്സിലെ കണക്കുകൂട്ടലുകൾ പുറത്തറിയിക്കാതെ കരുണാകരന്റെ ഉദയം കണ്ട രണ്ടുമൂന്നു വർഷങ്ങളാണ് പിന്നീടുണ്ടായത്.

മഹാഭൂരിപക്ഷത്തോടെ അധികാരത്തിലെത്തിയ ഇ.എം.എസ്. സർക്കാരിന് ആയുസ്സു തികയ്ക്കാൻ കഴിഞ്ഞില്ല. അതിന് കരുണാകരൻ സമ്മതിച്ചില്ല എന്നാണ് പറയേണ്ടത്. തന്നെയും കോൺഗ്രസിനെയും പരിഹസിച്ച് അധികാരത്തിലിരുന്ന മുന്നണിയിലെ പാർട്ടികളിൽ ചിലതിനെ വരുതിയിലാക്കി കരുണാകരൻ മുന്നണിയുണ്ടാക്കി. യു.ഡി.എഫിന്റെ ഉദയം അവിടെനിന്നായിരുന്നു.

70ലെ തിരഞ്ഞെടുപ്പിൽ കരുണാകരൻ രൂപം നൽകിയ യു.ഡി.എഫ് നേട്ടം കൊയ്തു. കോൺഗ്രസിന് കൂടുതൽ സീറ്റു കിട്ടി. കഴിഞ്ഞതവണത്തെ പ്രതിപക്ഷ നേതാവും ആ തിരഞ്ഞെടുപ്പിലെ വിജയശിൽപ്പിയുമെന്ന നിലയിൽ കെ. കരുണാകരൻ മുഖ്യമന്ത്രിയാകേണ്ടതായിരുന്നു.

എന്നാൽ മന്ത്രിസഭയിൽ ചേരേണ്ടെന്ന് കോൺഗ്രസ് തീരുമാനിച്ചു. അങ്ങനെ സി.അച്യുതമേനോൻ മുഖ്യമന്ത്രിയായി. ഒരു വർഷം കഴിഞ്ഞാണ് കോൺഗ്രസ്സിന്റെ തീരുമാനം മാറ്റിയെഴുതിക്കാൻ കരുണാകരന് കഴിഞ്ഞത്.

അങ്ങനെ, മുഖ്യമന്ത്രിയാകേണ്ടിയിരുന്ന കരുണാകരൻ ആഭ്യന്തരമന്ത്രിയായി. ആഭ്യന്തരമന്ത്രി സ്ഥാനത്ത് തിളങ്ങുകയും ചെയ്തു. പൊലീസ് സേന കരുണാകരന്റെ കൈക്കുമ്പിളിലായി. അടിയന്തരാവസ്ഥയുടെ ബലം കൂടിയുണ്ടായപ്പോൾ ആഭ്യന്തരമന്ത്രിക്ക് മുഖ്യമന്ത്രിയുടെ തിളക്കം കിട്ടി.

പക്ഷേ, ആ തിളക്കം കരുണാകരനെതിരെ ആഞ്ഞടിക്കാൻ പിൽക്കാലത്ത് ശത്രുക്കൾക്ക് കിട്ടിയ ആയുധം കൂടിയായി. അടിയന്തരാവസ്ഥയ്ക്കു ശേഷം ഇന്ത്യയിലെങ്ങും കോൺഗ്രസ് തകർന്നു വീണിട്ടും യു.ഡി.എഫ്. 111 സീറ്റുകളുമായി അത്ഭുതവിജയം നേടി. വിജയശിൽപ്പിയായ കരുണാകരൻ മുഖ്യമന്ത്രിക്കസേരയിലെത്തി.

പിറകിൽ വിടാതെ പിന്തുടർന്ന വിധി കരുണാകരനെ ആഞ്ഞുകൊത്തിയത് ആ കസേരയിൽ ഒന്ന് അമർന്നിരിക്കാൻ തുടങ്ങും മുമ്പായിരുന്നു. അടിയന്തിരാവസ്ഥക്കാലത്ത് പോലീസ് കസ്റ്റഡിയിലെടുത്ത രാജൻ ക്രൂരമായി കൊല്ലപ്പെടുകയായിരുന്നുവെന്ന കാര്യം പുറത്തായി. ജനം മുഴുവൻ ഇളകി. കക്കയത്തെ പോലീസ് ക്യാമ്പിൽവച്ച് പൊലീസ് രാജനെ ഉരുട്ടിക്കൊന്ന് ശവശരീരം കത്തിച്ചത് ആഭ്യന്തരവകുപ്പുമന്ത്രിയായ കെ.കരുണാകരന്റെ അറിവോടെയായിരുന്നെന്ന് ആരോപണമുണ്ടായി.

അങ്ങനെ തട്ടിൽ എസ്റ്റേറ്റ് സൂപ്രണ്ട് കൊലക്കേസിൽ ഭാഗ്യംകൊണ്ട് രക്ഷപ്പെട്ട കരുണാകരൻ രാജൻ കേസിൽ പ്രതിക്കൂട്ടിലായി. 77 മാർച്ച് 25ന് മുഖ്യമന്ത്രിയായി സത്യപ്രതിജ്ഞചെയ്ത കരുണാകരന് ഏപ്രിൽ 25ന് തിരിച്ചിറങ്ങേണ്ടിവന്നു.

കൊലയാളി കരുണാകരനെന്ന് നാടുനീളെ മുറവിളി ഉയരുന്നുണ്ടായിരുന്നു. പിന്തിരിഞ്ഞു നോക്കിയപ്പോൾ സ്വന്തം പാർട്ടി പ്രവർത്തകരും നേതാക്കളുമായ പലരുടെയും കണ്ണുകളിൽ ഒരു തരം ക്രൂരമായ മന്ദഹാസം വിടരുന്നതായും കരുണാകരൻ തിരിച്ചറിഞ്ഞു.

അടിയന്തരാവസ്ഥക്കാലത്തുണ്ടായ എല്ലാ മനുഷ്യാവകാശ ലംഘനങ്ങളുടെയും ഉത്തരവാദിത്വം സ്വന്തം പാർട്ടിക്കാർപോലും തന്റെ തലയിൽകെട്ടിവയ്ക്കുന്നത് അദ്ദേഹം അനുഭവിച്ചറിഞ്ഞു. കരുണാകരന്റെ രാഷ്ട്രീയ ജീവിതം അവസാനിച്ചുവെന്ന് കോൺഗ്രസ്സ് പാളയങ്ങളിൽത്തന്നെ ഗൂഢമായ ചിരിയുടെ പിൻബലത്തിൽ പ്രചരിച്ചു.

തന്റെ ജീവിതത്തിലെ പ്രതിസന്ധി അപ്പോഴും നിസ്സാരമെന്ന് വരുത്തിത്തീർക്കാൻ അദ്ദേഹം പതിവ് ചിരിയിലൂടെയും കണ്ണിറുക്കലിലൂടെയും ശ്രമിച്ചു. പ്രതിസന്ധി നേരിടുന്ന കോൺഗ്രസ് നേതൃത്വത്തിനു പിന്തുണയുമായി ശക്തനായി നിന്നു.

അടിയന്തരാവസ്ഥയുടെ പേരിൽ ഇന്ദിരാഗാന്ധി തീവ്ര പരീക്ഷണം നേരിടുന്ന ഘട്ടമായിരുന്നു അത്. അടിപതറി വീണ ഇന്ദിരയെ ചവിട്ടിമെതിച്ച് കോൺഗ്രസ്സുകാർ കൂട്ടത്തോടെ മറുപക്ഷം ചേരുകയായിരുന്നു. എ.കെ. ആന്റണിയും കെ.പി. ഉണ്ണികൃഷ്ണനുമുൾപ്പെടെ കേരളത്തിൽ നിന്നുള്ള പ്രമുഖരായ നേതാക്കളെല്ലാം ആ കൂട്ടത്തിലുണ്ടായിരുന്നു. അതിശക്തമായ ഒഴുക്കിൽപ്പെട്ട് പാർട്ടി ഉലയുമ്പോഴും കരുണാകരൻ സ്വരക്ഷതേടി മറുപുറം പോയില്ല.

ഇന്ദിരാഗാന്ധിയെയും അടിയന്തരാവസ്ഥയെയും തള്ളിപ്പറഞ്ഞിരുന്നെങ്കിൽ കെ. കരുണാകരന് രാജൻ കേസുമായി ബന്ധപ്പെട്ട വിവാദങ്ങളിൽ ഇത്രമാത്രം മാനസിക പീഡനം ഏൽക്കില്ലായിരുന്നു. ഇന്ദിരാവിരുദ്ധ സഖ്യത്തിൽ ദേശീയതലത്തിൽത്തന്നെ ഉന്നതനേതാവാകാൻ കഴിയുമായിരുന്നു.

എന്നാൽ ആപത്തിൽകൂടെ നിൽക്കുന്നവനാണ് യഥാർത്ഥബന്ധുവെന്ന് തന്നെ തള്ളിപ്പറഞ്ഞ അനുയായികൾക്ക് സ്വജീവിതത്തിലൂടെ കാട്ടിക്കൊടുക്കുകയായിരുന്നു കരുണാകരൻ. അക്കാലത്ത് കോൺഗ്രസ്സിനെയും ഇന്ദിരാഗാന്ധിയെയും തള്ളിപ്പറഞ്ഞ് മറുപുറത്തുപോയി അധികാരം ആസ്വദിച്ചവർ പിന്നീട് അഭയം തേടി തിരിച്ചുവന്നപ്പോഴും കരുണാകരൻ അവരെ സന്തോഷത്തോടെ സ്വീകരിച്ചു.

കെ. കരുണാകരൻ അന്ന് 'നോ' എന്നു പറഞ്ഞിരുന്നെങ്കിൽ കോൺഗ്രസ്സിലെ പല നേതാക്കളുടെയും രാഷ്ട്രീയജീവചരിത്രം മറ്റൊന്നാകുമായിരുന്നു.

78ൽ പാർട്ടിയിൽ വൻ പിളർപ്പുണ്ടാവുകയും ശക്തന്മാരായ നേതാക്കൾ മറുപക്ഷത്തു പോകുകയും ചെയ്തിട്ടും 81ൽ മുഖ്യമന്ത്രി പദവിയിലെത്താൻ കരുണാകരനു കഴിഞ്ഞു. എന്നാൽ, സ്പീക്കറുടെ കാസ്റ്റിംഗ് വോട്ടിന്റെ ബലത്തിൽ നിന്ന സർക്കാരിനെ ലോനപ്പൻ നമ്പാടനെ കരുവാക്കി പ്രതിപക്ഷം നിലംപരിശാക്കി.

മുഖ്യമന്ത്രി സ്ഥാനത്തുവാഴാൻ കരുണാകരന് യോഗമില്ലെന്നും കരുണാകരൻ മുഖ്യമന്ത്രിയായതിനാലാണ് പ്രതിസന്ധികൾ ഉണ്ടാകുന്നതെന്നുമുള്ള പ്രചരണം അക്കാലത്ത് പാർട്ടിയിലുണ്ടായിരുന്നു. 82ൽ ജയിച്ച് മുഖ്യമന്ത്രിയായി അഞ്ചുവർഷം തുടർച്ചയായി ഭരിച്ചുകൊണ്ടാണ് കരുണാകരൻ പ്രതിയോഗികളുടെ വായടച്ചത്.

ഈ അഞ്ചു വർഷക്കാലവും പ്രതിസന്ധികൾ ഇല്ലാത്തവയായിരുന്നുവെന്ന് കരുതേണ്ട. പിച്ചബഷീർ വിവാദവും പാവം പയ്യൻ വിവാദവും മുംബൈ രഹസ്യയാത്രാ വിവാദവുമൊക്കെ ഉയർത്തി കരുണാകരന്റെ രക്തംകുടിക്കാൻ അകത്തും പുറത്തും ശ്രമം നടന്നു. കോൺഗ്രസ്സുകാരനല്ലാത്ത ഗൾഫുകാരന്റെ പേരിലും വിമാനത്തിൽ ഒരുമിച്ചു യാത്രചെയ്തയാളുടെ പേരിലും കരുണാകരൻ ആരോപണങ്ങൾ വേണ്ടപോലെ കേട്ടു.

നിയമസഭ നടക്കുമ്പോൾ ആരെയും അറിയിക്കാതെ മുംബൈയ്ക്കു പോയതെന്തിന് എന്ന ചോദ്യമുയർത്തിയവരുടെ നേരെ നോക്കി കരുണാകരൻ ഒന്ന് കണ്ണിറുക്കി ചിരിച്ചു. മരിക്കുന്നതുവരെ അതെന്തിനായിരുന്നെന്ന് അദ്ദേഹം പറഞ്ഞിട്ടില്ല.

91ൽ വീണ്ടും മുഖ്യമന്ത്രിയായ കരുണാകരനെ വെട്ടിവീഴ്ത്താൻ പ്രതിപക്ഷവും കോൺഗ്രസ്സുകാരും ആയുധമാക്കിയത് 'മക്കൾ രാഷ്ട്രീയ'മായിരുന്നു. മകൻ മുരളീധരനെ കോൺഗ്രസ്സിലേക്ക് കൊണ്ടുവന്നതിന്റെ പേരിൽ അക്കാലത്ത് കരുണാകരൻ കേൾക്കാത്ത തെറിവാക്കുകളൊന്നുമില്ല.

മുരളീധരനെയും കരുണാകരനെയും അപഹസിക്കാൻ 'കിങ്ങിണിക്കുട്ടൻ' എന്ന റേഡിയോ നാടകം വരെയുണ്ടായി. കോൺഗ്രസ്സുകാർവരെ മുരളിയെ ആ പേരുവിളിച്ച് ആക്ഷേപിച്ചു. കരുണാകരൻ പാർട്ടിയെ കുടുംബസ്വത്താക്കി മാറ്റുന്നുവെന്നായിരുന്നു ആക്ഷേപം. അക്കാലത്ത് കരുണാകരനെ അധിക്ഷേപിച്ചവർ പലരും പിൽക്കാലത്ത് മക്കൾരാഷ്ട്രീയത്തിന്റെ വക്താക്കളായി എന്നത് കേരളത്തിന്റെ വർത്തമാന ചരിത്രം.

കെ.കരുണാകരനെ ഏറ്റവും കൂടുതൽ വേദനിപ്പിച്ച തിരിച്ചടിയെക്കുറിച്ച് അദ്ദേഹം ഒരിക്കൽ അഭിമുഖത്തിനിടയിൽ പറഞ്ഞതോർക്കുന്നു. താൻ മക്കളെപ്പോലെ സ്നേഹിച്ച യുവനേതാക്കൾ തനിക്കെതിരെ പടനയിച്ച് തന്നെ അധികാരത്തിൽ നിന്ന് പിടിച്ച് പുറത്താക്കിയതാണത്.

"ഞാൻ കൈപിടിച്ച് വളർത്തിയവരായുന്നു അവർ. ഓരോ അധികാരസ്ഥാനത്തേക്കും അവരെ ഉയർത്തിക്കൊണ്ടുവരുമ്പോൾ അഭിമാനമായിരുന്നു. എന്റെ മക്കൾ എന്നേ അവരെപ്പറ്റി ചിന്തിച്ചിരുന്നുള്ളൂ," ലീഡർ ഈ വാക്കുകൾ പറഞ്ഞത് ഹൃദയം പിളർക്കുന്ന വേദനയോടെയായിരുന്നു.

പനമ്പിള്ളിയിൽ നിന്ന് തനിക്കുലഭിച്ച പേട്രനേജ് തന്റെ രാഷ്ട്രീയജീവിതത്തിലും സ്വഭാവമാക്കിയ ആളായിരുന്നു കരുണാകരൻ. തന്നോടൊപ്പം നിൽക്കുന്നവരുടെ തെറ്റുകൾ അദ്ദേഹം തെറ്റായി കണ്ടില്ല. അവർക്ക് അവസരങ്ങൾ ഒരുക്കിക്കൊടുക്കാൻ പരമാവധി ശ്രമിച്ചു. അങ്ങനെ പലരും ഉന്നതങ്ങളിലെത്തി.

എന്നാൽ, താൻ മക്കളെപ്പോലെ കരുതിയവരെ ഉയർത്തിക്കൊണ്ടുവന്നപോലെ സ്വന്തം മകനും രാഷ്ട്രീയത്തിൽ പച്ചപിടിപ്പിക്കാൻ കരുണാകരൻ ശ്രമിച്ചപ്പോൾ അനുയായികളിൽ പലരും മുഖംവീർപ്പിച്ചു. ലീഡറുടെ പുത്രവാത്സല്യം ശിഷ്യവാത്സല്യത്തിന്റെ അന്തകനാകുമെന്ന് അവർ ഭയന്നിരിക്കാം. അങ്ങനെ മുരളീധരനെതിരായ പോരാട്ടം ലീഡർക്കെതിരായ പടയൊരുക്കമായി.

ആരോഗ്യപരമായ കഷ്ടകാലത്തിനിടയിലായിരുന്നു ഈ തിരിച്ചടിയെന്നതാണ് ലീഡറെ ഏറ്റവും കൂടുതൽ തളർത്തിയത്. 92 ജൂണിലുണ്ടായ കാറപകടത്തിൽ കരുണാകരന് ഗുരുതരമായ പരിക്കുപറ്റിയിരുന്നു. ജീവൻ തിരിച്ചുകിട്ടുമോ എന്ന ആശങ്കയുണ്ടായിരുന്നു. ദീർഘനാളത്തെ ചികിത്സ. ഇവിടെ നിന്നും ശമനം കിട്ടാതെ അമേരിക്കയിലേക്കു കൊണ്ടുപോകേണ്ടിവന്നു.

ആ അവസരത്തിലാണ് കരുണാകരവിഭാഗത്തിലെ ചില നേതാക്കൾ തിരുത്തൽ വാദവുമായി രംഗത്തു വരുന്നത്. തിരുത്തൽ വാദം കരുണാകരനെതിരായ പ്രക്ഷോഭമായി. കരുണാകരനെ മുഖ്യമന്ത്രിക്കസേരയിൽ നിന്ന് താഴെയിറക്കാൻ തക്കം പാർത്തു നിന്ന കോൺഗ്രസ്സിലെ എ വിഭാഗം ഈ അവസരം മുതലെടുത്തു. നേതൃമാറ്റത്തിനായി ശക്തമായ പ്രക്ഷോഭം നടന്നു. അമേരിക്കയിൽ നിന്ന് കരുണാകരൻ ചികിത്സകഴിഞ്ഞ് അവശത മാറാതെ തിരിച്ചെത്തുമ്പോഴേക്കും

അദ്ദേഹത്തിന്റെ കസേരയിളക്കാനുള്ള പദ്ധതികളെല്ലാം അണിയറയിൽ രൂപപ്പെട്ടുകഴിഞ്ഞിരുന്നു.

യുദ്ധഭൂമിയിൽ അർജ്ജുനൻ മറുപുറത്തുള്ള ബന്ധുക്കളെ കണ്ട് തളർന്നപോലെ കരുണാകരൻ അക്ഷരാർത്ഥത്തിൽ തകർന്നുപോയ നിമിഷമായിരുന്നു അത്. ഒരിക്കൽ താൻ അധികാരത്തിലേറ്റിയ നരസിംഹറാവു തന്നെ അധികാരത്തിൽ നിന്ന് താഴെയിറക്കാനുള്ള പദ്ധതികളുടെ അടിയിൽ പച്ചമഷിയിൽ ഒപ്പിട്ടതോടെ കോൺഗ്രസ്സിൽനിന്ന് താൻ അന്യനാക്കപ്പെടുകയാണെന്ന് കരുണാകരന് ബോധ്യമായിത്തുടങ്ങി.

എങ്കിലും തോൽക്കാൻ അദ്ദേഹം ഒരുക്കമല്ലായിരുന്നു. കേന്ദ്രമന്ത്രിയും രാജ്യസഭാ അംഗവുമെല്ലാമായി അദ്ദേഹം പിടിച്ചുനിന്നു. സ്വന്തം മകന്റെ രാഷ്ട്രീയ ഭാവി ഉറപ്പിക്കാൻ ഗ്രൂപ്പുകളി ശക്തിപ്പെടുത്തി. എ.കെ.ആന്റണി മുഖ്യമന്ത്രിയായി സത്യപ്രതിജ്ഞ ചെയ്യുന്ന നിമിഷത്തിൽത്തന്നെ മുരളീധരൻ കെ.പി.സി.സി പ്രസിഡന്റായി അധികാരമേൽക്കണമെന്നു ശഠിച്ചത് തന്നെ പിന്നിൽനിന്നു കുത്തിയവരോടുള്ള പകതീർക്കാൻ വേണ്ടിയായിരുന്നു.

കോൺഗ്രസ്സ് പതാക പുതച്ച് മരിക്കണമെന്ന തന്റെ ആഗ്രഹം നടക്കാൻ പോകുന്നില്ലെന്ന് പിൽക്കാലത്തെ അനുഭവങ്ങൾ കരുണാകരനെ ബോധ്യപ്പെടുത്തി. ഒരു കാലത്ത് തന്റെ ബലമായിരുന്ന നെഹ്റുകുടുംബം ഇപ്പോൾ ഭാരമായി കാണുകയാണെന്ന് തോന്നി.

അങ്ങനെയാണ് നിവൃത്തികേടുമൂലം, പുതിയ പാർട്ടിയുണ്ടാക്കാൻ 2003ൽ കരുണാകരൻ തീരുമാനിച്ചത്. പുതിയ പാർട്ടിയെക്കുറിച്ച് അദ്ദേഹം പ്രഖ്യാപിക്കുകയും ചെയ്തു. എന്നാൽ, ഇത്തവണ അദ്ദേഹത്തിന്റെ ഇംഗിതത്തിനൊത്ത് പ്രവർത്തിക്കാതിരുന്നത് മകൻ തന്നെയായിരുന്നു. പാർട്ടി പ്രഖ്യാപനയോഗത്തിൽ പങ്കെടുക്കുമെന്നു കരുതിയ മുളീധരൻ എത്തിയില്ല. അങ്ങനെ പാർട്ടി പരാജയപ്പെട്ടു. മകന്റെ രക്ഷക്കുവേണ്ടിയുണ്ടാക്കുന്ന പാർട്ടിയിൽ മകനു താൽപര്യമില്ലെങ്കിൽ വേണ്ടെന്ന് കരുണാകരനും തീരുമാനിച്ചു.

കെ. മുരളീധരന് പറ്റിയ ഏറ്റവും വലിയ വീഴ്ചയായിരുന്നു അതെന്ന് ജീവിതാന്ത്യംവരെ കരുണാകരൻ വിശ്വസിച്ചു. ഐയുടെ പ്രതാപകാലത്താണ് പാർട്ടി രൂപീകരണ നീക്കം നടന്നത്. കരുണാകരന്റെ പദ്ധതികൾ തകർക്കാൻ ശ്രമിച്ചവർ ഒരുക്കിയ കെണിയിൽ അന്ന് മുരളീധരൻ വീണുവെന്നാണ് അദ്ദേഹത്തിന് തോന്നിയത്.

പിന്നീട് രണ്ടുകൊല്ലം കഴിഞ്ഞ് യാഥാർത്ഥ്യം തിരിച്ചറിഞ്ഞ് കെ. മുരളീധരൻ മുൻകൈയെടുത്ത് പുതിയ പാർട്ടി രൂപീകരിച്ചപ്പോൾ അത്

അനവസരത്തിലാണെന്ന അഭിപ്രായം കരുണാകരനുണ്ടായിരുന്നു. എതിരാളികൾ തന്റെ മകനെയും മകളെയും രണ്ടു ധ്രുവങ്ങളിലാക്കിയെന്നും അത് പാളയത്തിൽ പടയുണ്ടാക്കാൻ വഴിയൊരുക്കുമെന്നും കരുണാകരൻ തിരിച്ചറിഞ്ഞു. എങ്കിലും മകനെ തനിച്ചാക്കി മാറി നിൽക്കാൻ അദ്ദേഹം തയ്യാറായില്ല.

കരുണാകരൻ ഭയന്നപോലെ തന്നെ സംഭവിച്ചു. പദ്മജ പുതിയ പാർട്ടിയിലേക്കു മാറിയില്ല. ഡി.ഐ.സി.യെ രണ്ടുകയ്യും നീട്ടി സ്വീകരിക്കുമെന്ന് കെ. മുരളീധരൻ വിശ്വസിച്ച സി.പി.എം. പലതവണ അപഹസിച്ചു വിട്ടു. തിരിച്ച് യു.ഡി.എഫുമായി സഹകരിച്ച് നിയമസഭാ തെരഞ്ഞെടുപ്പിൽ മത്സരിച്ചപ്പോൾ അവിടെയും പിറകിൽ നിന്നു കുത്തിവീഴ്ത്തി.

ഇടതുപക്ഷത്തെ പാർട്ടികളേതിലെങ്കിലും ലയിച്ചാലെങ്കിലും അംഗീകാരം കിട്ടുമെന്ന് കരുതി എൻ.സി.പിയിൽ ലയിച്ചപ്പോൾ മുന്നണിയിൽ നിന്നേ ഇറക്കിവിട്ടു. അതോടെ എൻ.സി.പി.ക്കാർക്കും മുരളീധരൻ ശത്രുവായി.

ശക്തനെന്നും മനസ്സുറപ്പുള്ളവനെന്നും എല്ലാവരും കരുതിയ കരുണാകരൻ പതറിപ്പോയ നിമിഷമായിരുന്നു ഇത്. ത്രിവർണ്ണ പതാക പുതച്ച് മരിക്കണമെന്ന മോഹം ഒരുകാലത്ത് ഉപേക്ഷിച്ച കെ. കരുണാകരൻ ആ മോഹത്തിന്റെ പേരു പറഞ്ഞ് കോൺഗ്രസ്സിലേക്ക് തിരിച്ചുപോകാൻ ആഗ്രഹിച്ചതിനു പിന്നിൽ ഒരേയൊരു ലക്ഷ്യമേ ഉണ്ടായിരുന്നുള്ളൂ. കെ. മുരളീധരന് കോൺഗ്രസിൽ തിരിച്ചെത്താനുള്ള വഴിയൊരുക്കുകയെന്ന ലക്ഷ്യം മാത്രം.

അവിടെയും കരുണാകരനെ കോൺഗ്രസ്സുകാർ ചതിച്ചു. കരുണാകരനെ സ്വീകരിച്ച കോൺഗ്രസ്സ് മുരളീധരന്റെ മുന്നിൽ വാതിലടച്ചു. ചെയ്തു തെറ്റുകൾക്കോരോന്നിനും മകനെക്കൊണ്ട് മാപ്പുപറയിച്ചാലെങ്കിലും തന്റെ കണ്ണടയും മുമ്പ് മകനെ കോൺഗ്രസ്സിലേക്ക് തിരിച്ചെടുക്കുമെന്ന് കരുണാകരൻ കരുതി. അച്ഛന്റെ നിർദ്ദേശ പ്രകാരം മുരളി പരസ്യമായി പലതവണ മാപ്പുപറഞ്ഞു.

അപ്പോഴും എതിർപ്പിന്റെ പക്ഷത്ത് മകൾ നിൽക്കുന്നതായി കരുണാകരനു കാണേണ്ടിവന്നു. ഉടപ്പിറന്നവരെ പിണക്കിയതിനു പിന്നിലെ ലക്ഷ്യവും കരുണാകരൻ തിരിച്ചറിഞ്ഞു.

പിന്നീട് ആ കൺകോണുകളിൽ ഒരിക്കലും പഴയ നിഗൂഢമായ ചിരിയുണ്ടായിട്ടില്ല. ലീഡറുടെ ചിരിയിൽ പിന്നീട് നിറഞ്ഞുനിന്നത് ദയനീയഭാവമായിരുന്നു.

അവസാന ശ്വാസമെടുക്കുമ്പോൾ മനസ്സ് ബോധപൂർവ്വം പ്രവർത്തിച്ചിരുന്നിരിക്കാമെങ്കിൽ കരുണാകരൻ എന്ന രാഷ്ട്രീയ ഇതിഹാസം തീർച്ചായും ചിന്തിച്ചിരിക്കുക ഇങ്ങനെയായിരിക്കും- “പേരിൽ മാത്രം ലീഡറായ അനാഥനാണ് ഞാൻ.”

കെ.കരുണാകരൻ
നിഴൽ മായ്ക്കാത്ത നിറങ്ങൾ

ജി. കാർത്തികേയൻ

കേരള രാഷ്ട്രീയത്തിൽ എപ്പോഴും തന്റേതായ ഒരു ഇടം കാത്തുസൂക്ഷിച്ച നേതാവായിരുന്നു കെ. കരുണാകരൻ. ഈ ഇടം അദ്ദേഹത്തിന്റെ മരണശേഷവും മാറ്റങ്ങളില്ലാതെ നിലകൊള്ളും എന്നതാണ് ഒരു വർഷം പിന്നിടുമ്പോൾ നാം അറിയുന്ന സത്യം. അരനൂറ്റാണ്ടിലേറെക്കാലം സമാനതകളില്ലാത്ത പ്രവർത്തന ശൈലിയിലൂടെ പാർട്ടിയെയും ഗവൺമെന്റുകളെയും നയിച്ചാണ് അദ്ദേഹം ആ ഇടം ഉറപ്പാക്കിയത്.

തന്റേതു മാത്രമായ ശരികളിൽ അഭിരമിച്ച അദ്ദേഹം ആരെയും അനുകരിക്കാനോ അനുസരിക്കാനോ ആശ്രയിക്കാനോ തയ്യാറായിട്ടില്ല. തനിക്കു ലഭിക്കുന്ന ജനപ്രീതിയിൽ മതിമറക്കാതെ, തനിക്കെതിരെ ഉയരുന്ന വിമർശനങ്ങളെയോ മാധ്യമ വിചാരണകളെയോ തരിമ്പും കൂസാതെ ഒരു പോരാളിയുടെ ഊർജസ്വലതയോടെ കേരള രാഷ്ട്രീയ രംഗത്തെ ചലനാത്മകമാക്കിക്കൊണ്ട് എതിരാളികളുടെപോലും 'ലീഡറാ'യിമാറി. പ്രശ്നങ്ങളെക്കുറിച്ച് അവധാനതയോടെ പഠിക്കാനുള്ള മനഃസാന്നിധ്യവും പ്രായോഗികതയ്ക്ക് ഊന്നൽ കൊടുക്കുന്ന വീക്ഷണഗതിയും ബഹുജന താത്പര്യം മാത്രം ലക്ഷ്യമാക്കി എടുക്കുന്ന തീരുമാനങ്ങളും ആ തീരുമാനങ്ങൾ എങ്ങനെയും നടപ്പാക്കാനുള്ള ചങ്കുറപ്പും- ഇതാണ് ഭരണാധികാരി എന്ന നിലയിൽ കരുണാകരനെ വ്യത്യസ്തനാക്കുന്നത്.

'കഴിഞ്ഞ ഒരു വർഷത്തിനിടയിൽ കേരളം അഭിമുഖീകരിച്ച രാഷടീയ പ്രശ്നങ്ങളെയും ബഹുജനപ്രശ്നങ്ങളെയും കരുണാകരൻ

ഉണ്ടായിരുന്നെങ്കിൽ അദ്ദേഹം എങ്ങനെ നേരിടുമായിരുന്നു?' എന്ന ചോദ്യത്തിന് നമ്മുടെ മനഃസാക്ഷി നൽകുന്ന ഉത്തരം അദ്ദേഹത്തിന്റെ രാഷ്ട്രീയ പ്രസക്തി വ്യക്തമാക്കുന്നതാണ്. ലീഡർ എന്ന നിലയിൽ, കോൺഗ്രസ് പാർട്ടിയിൽ കെ. കരുണാകരൻ കരുത്തനായ നേതാവായിരുന്നു. ഒരു സാധാരണ പ്രവർത്തകനായി തുടങ്ങി, അക്ഷീണയത്നവും അചഞ്ചലമായ ആദർശനിഷ്ഠയും കൊണ്ട് ഇന്ത്യൻ നാഷണൽ കോൺഗ്രസിന്റെ നെടുംതൂണുകളിലൊന്നായി മാറിയ നേതാവ്.

ചുമരെഴുതിയും മെഗാഫോൺ വിളിച്ചും നൂൽ നൂറ്റും ഖദർ വിറ്റും അണികളിൽ അണുവായിക്കിടന്ന് വളർന്നു വലുതായ ഈ മനുഷ്യന്റെ വിജയരഹസ്യം ആത്മാർത്ഥമായ പ്രവർത്തനം തന്നെയായിരുന്നു. ജീവിതാനുഭവങ്ങൾ സമ്മാനിച്ച സഹജാവബോധത്തിന്റെ തേരുകളിലായിരുന്നു ആ സഞ്ചാരം. രാഷ്ട്രീയത്തിലും ഗവൺമെന്റിലും നിറഞ്ഞു നിൽക്കുന്ന കാലഘട്ടത്തിലും തന്റെ സ്വതസിദ്ധമായ ശൈലിയിൽ തന്നെയായിരുന്നു ആ ചലനങ്ങൾ. അതുകൊണ്ടുതന്നെയാണ് അദ്ദേഹം എല്ലാവരുടെയും ലീഡറായത്. തികഞ്ഞ ഒരു ദേശീയവാദിയായിരുന്നു അദ്ദേഹം. ദേശീയതാ ബോധത്തിന്റെ ഭാഗമായ മതനിരപേക്ഷതയിൽ ഉറച്ചുനിന്നു. ഭരണത്തിൽ വിശ്വാസത്തോടെ സെക്കുലർ ആയ നയങ്ങൾ സ്വീകരിച്ച ഒരു ഭരണാധികാരിയായിരുന്നു. തന്റെ ഓരോ ചെയ്തിയിലും ഈ ദിശമാറാതെ സൂക്ഷിക്കുവാൻ എപ്പോഴും പരിശ്രമിക്കുകയും ചെയ്തു.

ഗവൺമെന്റിൽ പട്ടികജാതി-വർഗ വകുപ്പ് ലീഡർ കൈകാര്യം ചെയ്തപ്പോഴാണ് ഈ വിഭാഗക്കാർക്ക് ഏറ്റവും അധികം ആനുകൂല്യങ്ങൾ ലഭിച്ചത് എന്നത് ഓർക്കാവുന്നതാണ്. ഗാന്ധിജിയുടെ സങ്കൽപ്പങ്ങൾ അനുസരിച്ചുള്ള പ്രവർത്തനങ്ങളിലൂടെ സമൂഹത്തിലെ താഴെതട്ടിലുള്ളവരെ സഹായിക്കാനും അവരെ മുഖ്യധാരയിലേക്കുയർത്താനുമുള്ള പരിശ്രമമായിരുന്നു അത്. അതിന്റെ ഗുണഫലമാണ് അവർ ഇന്നനുഭവിക്കുന്നതിൽ ഏറിയ പങ്കും. തന്റെ ദേശീയ വീക്ഷണത്തിൽ നിന്ന് ഒരിക്കലും മാറി സഞ്ചരിച്ചിട്ടുമില്ല അദ്ദേഹം.

കേരളത്തിലെ രാഷ്ട്രീയ രംഗത്ത് തന്റേതായ പരീക്ഷണങ്ങളിലൂടെ വിജയം നേടിയ നേതാവാണ് അദ്ദേഹം. ഒറ്റ പാർട്ടി ഭരണം അവസാനിച്ച ഘട്ടത്തിൽ, ഐക്യമുന്നണി സംവിധാനം വിജയകരമായി പരീക്ഷിച്ച് വിജയിച്ചു. മന്ത്രി എന്ന നിലയിലും മുഖ്യമന്ത്രി എന്ന നിലയിലും സ്തുത്യർഹമായ സേവനം കാഴ്ചവെച്ചു. ഒട്ടേറെ ഭരണപരിഷ്കാരങ്ങൾ ആ ഭരണനേതൃത്വത്തിൽ നിന്നുണ്ടായി. പുതിയ ജില്ലകളും പുതിയ വിമാനത്താവളങ്ങളും പുതിയ സ്ഥാപനങ്ങളും എന്നിങ്ങനെ സംസ്ഥാനത്തിന്റെ മുഖഛായ മാറ്റുന്ന അനേകം പരിഷ്ക്കാരങ്ങൾക്ക് നേതൃത്വം നൽകി.

എല്ലാ കാര്യങ്ങളിലും തികഞ്ഞ ആത്മവിശ്വാസമുണ്ടായിരുന്ന വ്യക്തിയായിരുന്നു ലീഡർ. എല്ലാം നേരിടാനുള്ള കരുത്തും ഏത് പ്രതിബന്ധവും തച്ചുടയ്ക്കാനുള്ള തന്റേടവും പ്രത്യേകതയായിരുന്നു. രോഗാവസ്ഥയിൽ നിന്നുള്ള അത്ഭുതാവഹമായ മടക്കയാത്ര അതാണല്ലോ കാണിക്കുന്നത്.

സുഹൃദ്ബന്ധങ്ങളും സൗഹൃദങ്ങളും എന്നും കാത്തുസൂക്ഷിച്ചിട്ടുള്ള വ്യക്തിയായിരുന്നു ലീഡർ. പാർട്ടിക്കും പദവിക്കും അതീതമായിരുന്നു ആ ബന്ധങ്ങളിൽ പലതും. സൗഹൃദങ്ങളെ ഒരിക്കലും ശല്യമായി കണ്ടിരുന്നില്ല എന്നതാണ് സത്യം. അവരെ സംബന്ധിച്ചിടത്തോളം ഒരു നേതാവ് എന്നതിനേക്കാൾ കരുണാകരൻ ഒരു വികാരമായിരുന്നു. കാത്തു സൂക്ഷിക്കുന്ന സൗഹൃദങ്ങളിലൂടെ സുഹൃദ്ബന്ധത്തിന്റെ പരിപാവനത അവസാന കാലംവരെ കാത്തു സൂക്ഷിക്കാനുണ്ടായിരുന്ന ശ്രമം പ്രത്യേകം എടുത്തു പറയേണ്ടതുണ്ട്. എപ്പോഴും രാഷ്ട്രീയത്തിൽ കേരളത്തിന്റെ ഭാഗമായി. അതിന്റെ അതിർത്തിക്കുള്ളിൽ പ്രാദേശികമായി നില്ക്കാനായിരുന്നു താത്പര്യം. സാധ്യതകൾ ധാരാളമുണ്ടായിട്ടും കേരളം വിട്ടുപോകാൻ ഒരിക്കലും മോഹിച്ചില്ല. ആ അതിരുകൾ വിടാതെ തന്നെ ദേശീയ രാഷ്ട്രീയത്തിൽ തന്റേതായ ഇടം കണ്ടെത്താനും ഉറപ്പിക്കാനും സാധിക്കുകയും ചെയ്തു. അതിൽ കുറേയേറെ ചനലങ്ങൾ ഉണ്ടാക്കി കെ. കരുണാകരൻ എങ്ങനെ ചിന്തിക്കുന്നു എന്നത് ദേശീയ രാഷ്ട്രീയത്തിന്റെ ചരിത്രമാക്കാനും അദ്ദേഹത്തിനു പലപ്പോഴും കഴിഞ്ഞു. തികച്ചും ശക്തമായ ഇടപെടലുകളിലൂടെ ദേശീയ രാഷ്ട്രീയ ഭൂമികയിൽ, തന്റേതായ സ്ഥാനമുറപ്പിച്ച ലീഡർ, ഒരിക്കലും സ്ഥാനമാനങ്ങൾ തേടി നടക്കുകയോ അതിനുള്ള ശ്രമങ്ങൾ നടത്തുകയോ ചെയ്തില്ല എന്നത് ശ്രദ്ധേയമാണ്.

ചന്ദ്രനിലെ കളങ്കം ചന്ദ്രന് ഒരലങ്കാരമാണെന്ന് പറയാറുണ്ട്. അതുപോലെ ലീഡറുടെ ജീവിതത്തിലും പലതരം നിഴലുകൾ വീണു കിടക്കുന്നതായി കാണാം. തീരുമാനങ്ങളെടുക്കാൻ അധികാരവും സ്വാതന്ത്ര്യവും ഉണ്ടായിരുന്നപ്പോഴെല്ലാം എടുക്കുന്ന തീരുമാനങ്ങളിൽ തന്റേതു മാത്രമായ ചില താത്പര്യങ്ങൾക്ക് അദ്ദേഹം മുൻതൂക്കം നൽകി എന്നത് മറക്കാനാവില്ല. ഇത്തരം കാര്യങ്ങളിലെല്ലാം ഒരു 'ബാലൻസിങ് അപ്രോച്ച്' (സന്തുലിത സമീപനം) എടുത്തിരുന്നെങ്കിൽ ചിത്രം വ്യത്യസ്തമാകുമായിരുന്നു. തീരുമാനങ്ങൾ പലപ്പോഴും തന്റെ വ്യക്തിതാത്പര്യത്തിന്റെ ഇടുങ്ങിയ വൃത്തത്തിനുള്ളിൽ നിന്നായിരുന്നില്ലേ എടുത്തിരുന്നത്. ഏകാധിപത്യത്തിലേക്ക് പോയിട്ടില്ലേ എന്നൊക്കെ സംശയിക്കാവുന്നതാണ്.

കൂടെ നിൽക്കുന്നവരെ അമിതമായി സഹായിക്കുന്ന അവസരങ്ങൾ നൽകുന്ന പ്രോത്സാഹിപ്പിക്കുന്ന എന്ന ഒരു ധാരണ നിലനിർത്താൻ അവസാനകാലംവരെ അദ്ദേഹത്തിന് സാധിച്ചിരുന്നു. ആ ധാരണ നില നിർത്താൻ മനഃപൂർവം ശ്രമിക്കുകയും ചെയ്തിരുന്നു. ഒരു പരിധിവരെ അത് അങ്ങനെയായിരുന്നു. എന്നാൽ, അവിടെയും തന്റെ തീരുമാന ങ്ങളിലൂടെ മേധാവിത്വപരമായ ഒരു രീതി നടപ്പാക്കിയിട്ടുണ്ട് എന്നു കാണാൻ പ്രയാസമില്ല. കൂടെ നിൽക്കുന്നവരിൽ, തനിക്ക് പ്രത്യേക താത്പര്യമുള്ളവരെ മാത്രം പ്രത്യേകമായി പരിഗണിക്കുന്നതിൽ ലീഡർ എപ്പോഴും ശ്രദ്ധിച്ചിരുന്നു. ഇതിനെത്രയോ ഉദാഹരണങ്ങളുണ്ടാവാം. തന്റെ തീരുമാനമാണ് അവസാന വാക്യം എന്നതാണിതിലൂടെ നൽകുന്ന ഉത്തരം. പാർട്ടി പ്രവർത്തകരെയും മറ്റ് ആളുകളെയും ഞെട്ടിപ്പിച്ചുകൊണ്ട് തീരുമാനങ്ങളെടുക്കാൻ ലീഡർ പലപ്പോഴും ശ്ര ദ്ധിക്കാറുണ്ടെന്നുള്ളത് ഓർക്കാവുന്നതാണ്. പല സ്ഥാനങ്ങളിലേക്കും ആളുകളെ അവരോധിക്കുമ്പോൾ എല്ലാവരെയും അമ്പരിപ്പിക്കുന്ന ഒരു രീതി. ചിലപ്പോൾ അർഹതയുടെ അതിർവരമ്പുകൾ ലംഘിക്കുന്ന ഇത്തരം അവരോധിക്കലുകൾ ഉണ്ടാക്കുന്ന ഞെട്ടലുകൾ ഭീകരമായി തോന്നിയിട്ടുണ്ട്. ഇത് തന്റേതുമാത്രമായ തലോടലുകളായി കാണാവുന്ന താണ്. അത്തരം തീരുമാനങ്ങൽ. ഒരുപക്ഷേ, തന്റെ താത്പര്യക്കാർക്ക് സ്ഥാനങ്ങൾ നൽകുന്നതിനപ്പുറം ഇവരെ പരിഗണിക്കുക വഴി പാർട്ടി യിലും ഗവൺമെന്റിലും ഉള്ള തന്റെ മേധാവിത്വം മറ്റുള്ളവരെ ഒന്നുകൂടി ബോധ്യപ്പെടുത്താൻ ഉന്നംവെച്ചു കൊണ്ടുള്ളതാവാം. തന്റെ അപ്രമാദി ത്വത്തെക്കുറിച്ചുള്ള ഇത്തരമൊരു സന്ദേശം മറ്റുള്ളവരിലെത്തിക്കാനുള്ള താത്പര്യംകൂടി ഇതിലുണ്ട്. ഇങ്ങനെ ഒഴിവാക്കാമായിരുന്ന കുറേയേറെ സ്വഭാവ സവിശേഷതകളും കൂടെ ഉണ്ടായിരുന്നു. പക്ഷേ, ഇതെല്ലാം അദ്ദേഹം നടത്തിയിരുന്നത് തന്റെ വ്യക്തിത്വത്തിന്റെ ഭാഗമായിട്ടാ വാം. തനിക്ക് ഇങ്ങനെയേ പ്രവർത്തിക്കാനാവൂ എന്നാണ് ഇതിലൂടെ നൽകുന്ന ഉത്തരം. എല്ലാ തരത്തിലും പൂർണത ആർക്കാണുള്ളത്. ഇത്തരത്തിലുള്ള ചില പാളിച്ചകൾ അദ്ദേഹത്തിലും ചൂണ്ടിക്കാണിക്കാ നുണ്ടാകും. ഇവയെ ന്യൂനതകൾ എന്നതിനേക്കാൾ ആ വ്യക്തിത്വത്തി ന്റെ സവിശേഷതകൾ എന്നു ചൂണ്ടിക്കാണിക്കുന്നതാകും കൂടുതൽ ശരി.

കൗമാരവും യൗവനവും ജീവിതത്തിന്റെ വസന്ത കാലങ്ങളും ശേഷമുള്ള വാർദ്ധക്യവും ഒരു പ്രസ്ഥാനത്തിന് ദാനംചെയ്ത ജീവിതമാണ് ലീഡർ കെ. കരുണാകരന്റേത്. തന്റെ നീണ്ട ജീവിതം മുഴുവനും പ്രസ്ഥാ നത്തിന് നൽകുകയും പ്രസ്ഥാനം തിരിച്ച് കൊടുക്കാവുന്ന എല്ലാ സ്ഥാന മാനങ്ങളും നൽകുകയും ചെയ്തിട്ടും ഒരു ദുർബല നിമിഷത്തിലായിരിക്കാം

അ പ്രസ്ഥാനം വിട്ട് അദ്ദേഹം പോയത്. അത് ആ ജീവിതത്തിലെ ഒരു കറുത്ത അധ്യായം തന്നെയാണ്. അതിനായി പറഞ്ഞ കാരണങ്ങളൊന്നുംതന്നെ തൃപ്തികരമായി അർക്കും അനുഭവപ്പെട്ടുകയും ചെയ്തില്ല.

ഒരർത്ഥത്തിൽ ഇവിടെയും ലീഡർ നമ്മളെ ഞെട്ടിക്കുകയായിരുന്നു. അത് സ്ഥിരമായ തന്റെ ശൈലിയായിത്തന്നെ കണക്കാക്കുയും ചെയ്യാവുന്നതാണ്. എന്നാലും പാർട്ടിക്കുള്ളിലെ തന്റെ മേധാവിത്വത്തിനും ഉച്ചസ്ഥായിയിലുള്ള തന്റെ ജീവിത താളത്തിനും ഭംഗം നേരിട്ടു എന്ന സത്യം അദ്ദേഹം തിരിച്ചറിഞ്ഞുവോ എന്ന് സംശയിക്കാവുന്നതാണ്. ഇത്തരം ഒരവസ്ഥയെ നേരിടാനുള്ള ദുർബലമായ ശ്രമങ്ങളായിരുന്നു അവസാന കാലങ്ങളിലെ അദ്ദേഹത്തിന്റെ ശ്രമങ്ങളും ചലനങ്ങളും ശബ്ദങ്ങളും. പാർട്ടിയുടെ മഹാശ്യംഗത്തിൽ തലയെടുപ്പോടെ നിന്ന ആ പ്രതാപശാലിയുടെ ഈ അവസ്ഥ എന്നെപ്പോലെ അഗാധമായി സ്നേഹിച്ചവരെ വേദനിപ്പിക്കുന്ന ഒന്നായിരുന്നു. നിഴലും നിറങ്ങളും ഇല്ലാത്ത ജീവിതമില്ല. അതിൽ നിറങ്ങൾക്ക് എല്ലായ്പ്പോഴും സുവർണശോഭ ഉണ്ടായിരിക്കണമെന്നില്ല. പലതരം നിറങ്ങളും നിഴലുകളും കെട്ടുപിണഞ്ഞ ഒരു ജീവിതത്തിനുടമയായിരുന്നു കെ. കരുണാകരൻ. പാർട്ടിയിലും ഗവൺമെന്റിലും ശക്തമായ സാന്നിധ്യമാവുകയും തന്റെ പ്രവൃത്തികളിലൂടെ ജനനന്മ നടപ്പാക്കുയും ചെയ്ത ലീഡർ. അതിന്റെ ശക്തിയും ദൗർബല്യവും ജനങ്ങൾക്കറിയാം. പലപ്പോഴും മുൻപിൻ നോക്കാത്ത ചടുല ചലനങ്ങളോടെ, കാലത്തിനുമുമ്പും കാലത്തിനൊപ്പവും നടന്ന ആ കാലടികൾ കേരളത്തിന്റെ മണ്ണിൽ അതിന്റേതു മാത്രമായ ഇടം ആഴത്തിൽ ഉറപ്പിച്ചിട്ടുണ്ട്. ആ ഇടം നിരന്തരമായ നിമിഷങ്ങളിൽ നഷ്ടപ്പെടുത്താൻ ആർക്കും സാധിക്കുകയില്ല എന്നിടത്താണ് ലീഡർ കെ. കരുണാകരന്റെ പ്രസക്തി. ഭാരതത്തിന്റെയും കേരളത്തിന്റെയും ദേശീയതയും സാർവസൗഹൃദവും നിറച്ചെടുത്ത ആ നിറമുള്ള ഓർമകൾ എന്നെന്നും നിലനില്ക്കും. കാലം ഉണക്കാത്ത മുറിവുകളില്ല. മുറിവുകളിൽ വേദന നിറയ്ക്കാത്ത തേൻ പുരട്ടുകയാണ് ഓർമകളുടെ കർമം. ലീഡർക്ക് എന്റെ പ്രണാമം.

പഠിച്ചുതീരാത്ത പാഠപുസ്തകം

സി.പി.നായർ

ഒമ്പതരക്കൊല്ലം കരുണാകരനുമായി ഞാൻ അടുത്തു പ്രവർത്തിച്ചിട്ടുണ്ട്. അഞ്ചുകൊല്ലം പൂർത്തിയാക്കിയ ആദ്യ കോൺഗ്രസ് മുഖ്യമന്ത്രിയായിരുന്നു കരുണാകരൻ. ഞാൻ അദ്ദേഹത്തിന്റെ സെക്രട്ടറിയായിരുന്നു. 1982 മുതൽ 87 വരെ. പിന്നീട് 91ൽ മുഖ്യമന്ത്രിയായപ്പോൾ ആഭ്യന്തര സെക്രട്ടറിയായും പ്രവർത്തിച്ചു. കരുണാകരന്റെ ചില സവിശേ ഗുണങ്ങൾ മറ്റൊരു മന്ത്രിമാരിലും കണ്ടിട്ടില്ല. സാഹസികതയോട് അടുത്തുനിൽക്കുന്ന ആത്മവിശ്വാസമാണ് അദ്ദേഹത്തിന് ഉണ്ടായിരുന്നത്. അതിരുകടന്ന ആത്മവിശ്വാസമാണെന്നു പോലും തോന്നാം. നിശ്ചയദാർഢ്യത്തിനും ലക്ഷ്യബോധത്തിനും മറ്റൊരാളെ കരുണാകരന് പകരം വയ്ക്കാനുണ്ടെന്ന് തോന്നുന്നില്ല.

പത്താം ക്ലാസ് വിദ്യാഭ്യാസം മാത്രമുള്ള ആളാണ്. പക്ഷേ, ഏതു കാര്യത്തിന്റെയും വിവിധ വശങ്ങൾ ചോദിച്ച് മനസ്സിലാക്കും. പ്രശ്നത്തിന്റെ നെഗറ്റീവും പോസിറ്റീവും ചോദിക്കും. തീരുമാനമെടുക്കാൻ പിന്നെ വൈകില്ല. ക്ഷണനേരം കൊണ്ട് തീരുമാനമെടുക്കും. എടുത്ത തീരുമാനത്തിൽ ഉറച്ചുനിൽക്കും. പിന്നെ കുലുങ്ങില്ല. തീരുമാനം നടപ്പിലാക്കാനുള്ള ഇച്ഛാശക്തി കാട്ടും. എന്തൊക്കെ സംഭവിച്ചാലും. സായിപ്പിന്റെ ഭാഷയിൽ എക്സിക്യൂട്ടീവ് എബിലിറ്റി എന്നാണ് ഈ ഗുണവിശേഷത്തെ പറയുന്നത്. ഇപ്പോഴത്തെ മിക്ക മന്ത്രിമാർക്കില്ലാത്തതും ഇതാണ്. കരുണാകരന്റെ ഈ ക്വാളിറ്റി വിളിച്ചു പറയുന്ന ഒരു സംഭവമിങ്ങനെ.

ഡൽഹി എ.ഐ.സി.സി. സമ്മേളനം കഴിഞ്ഞ് ക്ലിഫ് ഹൗസിലെത്തുന്നു. രാത്രി പത്തു മണി കഴിഞ്ഞു ഒരു സന്തോഷ വാർത്തയുമായാണ് വരവ്. ഡൽഹിയിൽ വച്ച് അന്ന് കേന്ദ്ര മാനവവിഭവശേഷി

മന്ത്രിയായിരുന്ന പി.വി. നരസിംഹറാവു കരുണാകരനോട് ഒരാവശ്യം ഉന്നയിച്ചു. പത്തുകോടി രൂപയുണ്ട്. ഒരു സംസ്കൃതസർവ്വകലാശാല തുടങ്ങണം. അടുത്ത നിമിഷം കരുണാകരന്റെ മറുപടി. അതിനെന്താ ആദിശങ്കരന്റെ നാട്ടിൽ തന്നെ തുടങ്ങിക്കളയാം. പക്ഷേ, സർവ്വകലാശാല തുടങ്ങാൻ ആരെ പ്രൊജക്ട് ഓഫീസറാക്കും?

ഡോ. പി.കെ. നാരായണപിള്ള സാറിന്റെ പേര് ഞാൻ മുന്നോട്ടുവച്ചു. സംസ്കൃതം അരച്ചുകലക്കിയ മഹാപണ്ഡിതൻ. കേട്ടപാടെ രാത്രിയാണെന്നൊന്നും നിശ്ചയമില്ലാതെ നേരെ ഡോ. നാരായണപിള്ളയെ വിളിച്ചു. ആവശ്യം പറഞ്ഞു. ആലോചിക്കാമെന്ന് സാറിന്റെ മറുപടി. ആലോചിക്കാനൊന്നുമില്ലെന്നും ടേംസ് ആന്റ് കണ്ടീഷൻസ് പറഞ്ഞാൽ മതിയെന്നും കരുണാകരൻ. നേരിട്ടുകണ്ടു സംസാരിക്കാമെന്ന സാറിന്റെ തീരുമാനത്തിനുപോലും കാത്തുനിൽക്കാതെ കരുണാകരൻ ഫയൽ ഒപ്പുവെച്ചു. സംസ്കൃത സർവ്വകലാശാല - ആസ്ഥാനം കാലടി. പ്രോജക്ട് ഓഫീസർ പി.കെ. നാരായണപിള്ള. രണ്ടുദിവസത്തിനുള്ളിൽ സർവ്വകലാശാലയ്ക്ക് ജീവൻവച്ചു. കാര്യങ്ങൾ ദ്രുതഗതിയിൽ നടക്കണമെന്ന വാശിയാണ് ഈ നടപടികൾക്കു പിന്നിൽ.

സതേൺ എയർ കമാന്റ് കേരളത്തിലേക്ക് കൊണ്ടുവന്നതിനു പിന്നിലും ഈ കർമ്മകുശലത കാണാം. തമിഴ്നാട് മുഖ്യമന്ത്രി എം.ജി. ആറിൽ നിന്ന് തട്ടിയെടുത്തതാണത്. എയർ കമാൻഡിന് തമിഴ്നാട്ടിൽ ചോദിക്കുന്നിടത്ത് ആയിരം ഏക്കർ സൗജന്യമായി നൽകാമെന്ന് എം.ജി.ആർ പ്രധാനമന്ത്രി ഇന്ദിരാഗാന്ധിക്ക് ഓഫർ നൽകിക്കഴിഞ്ഞ സമയം. അന്ന് മാലിദ്വീപിലും ശ്രീലങ്കയിലും അഭ്യന്തരസംഘർഷം കത്തിനിൽക്കുകയാണ്. രണ്ടിടത്തേക്കും ഇന്ത്യൻ സേനയ്ക്ക് പറന്നെത്താൻ തമിഴ്നാട്ടിൽ നിന്ന് ഒരു മണിക്കൂർ മതിയെന്നും എം.ജി.ആർ ഇന്ദിരയെ ബോധ്യപ്പെടുത്തിക്കഴിഞ്ഞു. ഈ ഘട്ടത്തിലാണ് കരുണാകരൻ വിവരം അറിയുന്നത്. നേരെ ഡൽഹിയിലെത്തി. ഇന്ദിരയെ കണ്ടു. പിന്നീട് നടന്നത് ചരിത്രം.

1984 ജൂലായിൽ തിരുവനന്തപുരത്ത് കവടിയാറിനടുത്ത് ബൽഹേവനിൽ ദക്ഷിണ വ്യോമ കമാൻഡിന് ഇന്ദിര തറക്കല്ലിട്ടു. വ്യോമ ആസ്ഥാനം സ്ഥാപിച്ചത് ആക്കുളത്താണെങ്കിലും ഇന്ദിരയെക്കൊണ്ട് തറക്കല്ലിടാനായി കവടിയാറിൽ സ്ഥലമൊരുക്കുകയായിരുന്നു. കേരളത്തിൽ അന്നും ഭൂമി തീപിടിക്കുന്ന വിഷയമാണ്. ഭൂമി എങ്ങനെ കണ്ടെത്തണമെന്നുപോലും ആലോചിക്കാതെയാണ് കരുണാകരൻ ഇന്ദിരയെക്കൊണ്ട് സമ്മതം വാങ്ങിപ്പിച്ചത്. ആലോചനയും അമാന്തവും

വികസനപദ്ധതികളുടെ ശവക്കുഴിതോണ്ടുമെന്ന് വ്യക്തമായി ബോധ്യമുള്ള നേതാവായിരുന്നു കരുണാകരൻ.

ഡൽഹി ബന്ധം കേരളത്തിനുവേണ്ടി ഇത്രയേറെ ഉപയോഗിച്ച ഭരണാധികാരികൾ വേറെയില്ല. കേരളത്തിലേക്ക് വികസനമെത്തിക്കുന്നതിൽ അസാധാരണ സ്വാധീനമാണ് ചെലുത്തിയത്. മാസത്തിൽ രണ്ടുതവണ ഡൽഹിയിലെത്തും. തിരിച്ചെത്തുന്നത് എന്തെങ്കിലും പ്രധാന വിവരവുമായിട്ടായിരിക്കും.

ആന്ധ്രക്കാരനായ നരസിംഹറാവുവും മഹാരാഷ്ട്രക്കാരനായ ശരത്പവാറും ഉഗ്രപ്രതാപികളായി ദേശീയ രാഷ്ട്രീയത്തിൽ നിറഞ്ഞു നിൽക്കുന്ന വേള. ഇവരെ കടത്തിവെട്ടിയാണ് നാവിക അക്കാദമിയെ കേരളത്തിലേക്ക് എത്തിച്ചത്. ഇന്ദിരയെക്കാളേറെ പ്രതിരോധമന്ത്രിയായിരുന്ന ആർ.വെങ്കിട്ടരാമനുമായുള്ള അടുപ്പമാണ് കരുണാകരൻ ഇതിനായി ഉപയോഗിച്ചത്. ഭരണസ്തംഭനം ക്ഷണിച്ചുവരുത്തുന്ന വിധം ട്രഷറി പൂട്ടൽ ആസന്നമായിരിക്കുന്നു. വരവിനേക്കാൾ ചെലവഴിച്ചതിനെ തുടർന്ന് സംസ്ഥാനത്തിന് റിസർവ്ബാങ്കിന്റെ കടുത്ത നിയന്ത്രണം. ധനകാര്യസെക്രട്ടറി രവീന്ദ്രൻ നായർ മുഖ്യമന്ത്രിയുടെ സെക്രട്ടറിയായ എന്നെ വിളിക്കുന്നു. കാര്യം തിരക്കി. സ്ഥിതിഗുരുതരമാണ്. നാളെ ട്രഷറി പൂട്ടും. മുഖ്യമന്ത്രിയോട് കാര്യം പറയണം.

പക്ഷേ, മുഖ്യമന്ത്രി കർണ്ണാടകത്തിൽ തിരഞ്ഞെടുപ്പ് പര്യടനത്തിലാണ്. കർണ്ണാടക ചീഫ് സെക്രട്ടറിയെ വിളിച്ചു. എങ്ങനെയെങ്കിലും കരുണാകരനെ കിട്ടണം. ഒടുവിൽ ഏറെ പരിശ്രമിച്ച് കിട്ടാവുന്ന നമ്പർ സംഘടിപ്പിച്ചു. രാത്രി ഏറെ വൈകി ട്രങ്ക് കോൾ ബുക്ക് ചെയ്തു വിളിച്ചു. കാര്യം പറഞ്ഞു, അദ്ദേഹത്തിന് കുലുക്കമില്ല. 'നാളെ രാവിലെ പത്തുവരെ സമയമുണ്ടല്ലോ സി.പി.പോയി ഉറങ്ങിക്കോ'. കരുണാകരന്റെ കുലുക്കമില്ലായ്മ വെറുതെയല്ലെന്ന് ബോധ്യപ്പെടാൻ മണിക്കൂറുകൾ പോലും വേണ്ടിവന്നില്ല. മായാജാലംപോലെ റിസർവ്ബാങ്ക് നിയന്ത്രണം നീക്കിയിരിക്കുന്നു. അന്ന് ധനകാര്യമന്ത്രിയായിരുന്ന പ്രണബ്മുഖർജിയെ ചാക്കിട്ടാണ് കാര്യം നേടിയത്. സൗഹൃദവും സ്വാധീനവും കേരളത്തിനുവേണ്ടി മാത്രമാണ് അദ്ദേഹം ഉപയോഗിച്ചത്. നെടുമ്പാശേരി വിമാനത്താവളം, കായംകുളം താപവൈദ്യുതിനിലയം, പോലീസ് അക്കാദമി, ഗോശ്രീ പദ്ധതി എന്നുവേണ്ട കരുണാകരൻ വിത്തിട്ട പദ്ധതികൾക്കെല്ലാം ഈ സ്വാധീനശക്തിയുടെ പിൻബലമുണ്ടായിരുന്നു.

വ്യക്തിബന്ധം ഉണ്ടാക്കാനും അതിനെ ഉപയോഗപ്പെടുത്താനുമുള്ള രസതന്ത്രം കരുണാകരന്റെ മാത്രം പ്രത്യേകതയാണ്. ഹൈക്കോടതി

ചീഫ് ജസ്റ്റിസുമാരുമായി ഏറെ അടുപ്പം പുലർത്തി. പുതുതായി സ്ഥാനമേൽക്കുന്ന ചീഫ്ജസ്റ്റിസുമാർക്ക് മുഖ്യമന്ത്രിയുടെ വസതിയിൽ ഒരു പ്രാതൽ പതിവാണ്. ആറൻമുള സദ്യ വെല്ലുന്ന വിഭവങ്ങളാകും ഉണ്ടാകുക. അത്തരം സന്ദർഭത്തിൽ ചീഫ് സെക്രട്ടറിയെയും ഹോം സെക്രട്ടറിയെയും ഒപ്പമിരുത്തും. ഹൈക്കോടതിയുമായി ബന്ധപ്പെട്ട എന്തു വികസന പ്രവർത്തനത്തിനും ആ കൂടിക്കാഴ്ചയിൽ അനുമതിയാകും. ന്യായാധിപന്മാരുടെ ആവശ്യം കണ്ടറിഞ്ഞ് അന്നുതന്നെ ഉത്തരവിറങ്ങും. ജസ്റ്റിസ് ജഗന്നാഥറാവുവിന്റെ ഇത്തരമൊരു വരവിലാണ് പണമില്ലാതെ ബുദ്ധിമുട്ടിയിരുന്ന ഹൈക്കോടതിയുടെ പുതിയ കെട്ടിടത്തിന് നിമിഷനേരംകൊണ്ട് പണം റെഡിയായത്. ഹൈക്കോടതി ന്യായാധിപൻമാരുമായി ഇങ്ങനെ സ്ഥാപിക്കുന്ന അടുപ്പം സർക്കാരിന് എങ്ങനെ പ്രയോജനം ചെയ്യുമെന്ന് കരുണാകരൻ പിന്നീട് പറഞ്ഞുതന്നു. സർക്കാരിന് പ്രതികൂലമാകുന്ന കേസുകൾ കോടതിക്ക് മുന്നിലെത്തുമ്പോൾ ഈ ഊഷ്മളബന്ധം പ്രയോജനപ്പെടുത്താമെന്ന വ്യക്തമായ ബോധ്യമുണ്ട് കരുണാകരന്. ജഡ്ജിമാരെ ശുംഭൻമാരെന്നും വിവരദോഷികളെന്നുമൊക്കെ വിളിക്കുന്ന ഇന്നത്തെ രാഷ്ട്രീയക്കാർ കരുണാകരനെ കണ്ട് പഠിക്കണം.

തളരാത്ത ഊർജസ്വലതയായിരുന്നു കൈമുതൽ. ഈശ്വരവിശ്വാസമാണ് അതിന്റെ സ്രോതസ്സ്. വെളുപ്പിന് മൂന്നരക്ക് എണീക്കും. നാലരക്ക് പൂജ തുടങ്ങും. ഏഴരമണിവരെ നീളും. അതിനിടയിൽ ഒരൊറ്റ ഫോൺകോളേ അറ്റൻഡ് ചെയ്യൂവെന്ന് ചട്ടംകെട്ടിയിട്ടുണ്ട്. പ്രധാനമന്ത്രിയുടേത് മാത്രം. അതിന്റെ പേരിൽപ്പോലും പൂജക്ക് വിഘ്നം സംഭവിച്ചിട്ടില്ലെന്ന് പിന്നീട് പറഞ്ഞിട്ടുണ്ട്. രാത്രി എത്ര മണിക്കു കിടന്നാലും ഈ നിഷ്ഠ തെറ്റിക്കില്ല. ഇതിലെനിക്കു വിശ്വാസക്കുറവ് ഉണ്ടായിരുന്നു. എന്നാൽ സത്യം ബോധ്യപ്പെടാൻ അധികസമയം വേണ്ടിവന്നില്ല. നെയ്യാറ്റിൻകരയിൽ കെ.എസ്.യു.വിന്റെ പഠന ക്യാമ്പ് നടക്കുന്നു. ഭരണത്തിരക്കിനിടയിൽ എന്നെയും കൂട്ടി അങ്ങോട്ട് തിരിച്ചു. ക്ലിഫ് ഹൗസിൽ മടങ്ങിയെത്തിയത് രാത്രി ഒന്നരയോടെ. രണ്ടു മണിക്കൂർ ഉറക്കം കഴിഞ്ഞ് ഗുരുവായൂരപ്പന്റെ ആശ്രിതവൽസലൻ പതിവുപോലെ ഊർജ്ജസ്വലൻ, കർമനിരതൻ.

ഉദ്യോഗസ്ഥന്മാരുമായി ഇത്രയും ഊഷ്മള ബന്ധം പുലർത്തിയ മറ്റൊരു ഭരണജ്ഞനില്ല. അസാമാന്യമായ ബുദ്ധിശാലിയായിരുന്നു. ഒരൊറ്റ കൂടിക്കാഴ്ചകൊണ്ട് ആരെയും അളക്കും. സത്യസന്ധതയും ആത്മാർത്ഥതയുമുള്ള ഉദ്യോഗസ്ഥന്മാരെയേ കൂടെ നിർത്തൂ. കള്ളൻമാരെ പുറത്താക്കും. വകുപ്പ് സെക്രട്ടറിയെയും വകുപ്പ് അധ്യക്ഷനെയും

വിശ്വസിക്കാത്ത മന്ത്രിമാരുള്ള കാലമാണിന്ന്. ഇവിടെയാണ് കരുണാകരന്റെ മഹത്വം. തൊഴിൽ സെക്രട്ടറിയായി പ്രവർത്തിക്കുന്ന വേളയിലാണ് എന്നെ കരുണാകരൻ ക്ഷണിക്കുന്നത്, സെക്രട്ടറിയാവാൻ. ഒരു തവണ കണ്ടിട്ടുണ്ടെന്നതൊഴിച്ചാൽ ഞങ്ങൾ തമ്മിൽ ഒരു ബന്ധവുമില്ല. അപ്പോഴാണ് അപ്രതീക്ഷിതമായി കരുണാകരന്റെ ഫോൺകോളെത്തുന്നത്. പ്രധാന തീരുമാനങ്ങൾ അമ്മയോട് ആലോചിച്ചശേഷം മാത്രം കൈക്കൊള്ളുന്ന ഞാൻ അക്കാര്യം അദ്ദേഹത്തോട് പറഞ്ഞു. അതിനുള്ള സാവകാശവും തന്നു. അകമഴിഞ്ഞ ഈശ്വരഭക്തിയുള്ള കരുണാകരനൊപ്പം പ്രവർത്തിക്കുന്നത് നല്ലതേ വരുത്തൂവെന്നായിരുന്നു അമ്മയുടെ യുക്തി. കരുണാകരനെ വിളിച്ച് സന്നദ്ധത പറഞ്ഞു. തൊട്ടടുത്ത ദിവസംതന്നെ ചുമതല ഏൽക്കാനായിരുന്നു ഉത്തരവ്. നൽപ്പതു വയസുമാത്രമുള്ള അപരിചതനായ, സീനിയോറിറ്റിയിൽ ഏറെ താഴെയുള്ള ഒരാളെ സെക്രട്ടറിയാക്കാൻ കരുണാകരനെടുത്ത തീരുമാനം ആലോചിച്ചുറപ്പിച്ചതായിരുന്നു. നിരവധിപേരോട് അന്വേഷണം നടത്തിയശേഷമായിരുന്നു തീരുമാനം.

കഴിവുകൾ മനസ്സിലാക്കി, ഉദ്യോഗസ്ഥരെ പ്രോത്സാഹിപ്പിക്കാൻ ഒരു മടിയും കാണിച്ചില്ല. കൂടെ നിൽക്കുന്നവരെ എന്തുവിലകൊടുത്തും സംരക്ഷിക്കും. രാജൻ കേസ് ഉൾപ്പെടെ ചെന്നുചാടിയ വിവാദങ്ങളൊക്കെയും അതിന്റെ പേരിലായിരുന്നു. ഒരു ഉദ്യോഗസ്ഥവൃന്ദമാണ് അദ്ദേഹത്തെ അപകടത്തിൽ ചാടിച്ചത്. അഴിമതി വിവാദങ്ങളിൽപ്പെട്ടപ്പോഴും കരുണാകരൻ വ്യക്തിപരമായി എന്തെങ്കിലും അവിഹിതമായി സമ്പാദിച്ചതായി ആരോപണം ഉണ്ടായിട്ടില്ല. എ.രാജയൊക്കെ വിമർശിക്കപ്പെടുന്നതുപോലെയല്ല കരുണാകരൻ വിമർശിക്കപ്പെട്ടത്. മക്കളോടും ആശ്രിതരോടും കാണിച്ചിരുന്ന അകമഴിഞ്ഞ സ്നേഹവായ്പുകളാണ് എതിരാളികൾക്ക് ആയുധമായത്.

പേരുപോല തന്നെ കരുണാമയനായിരുന്നു. അർഹതയില്ലാത്തവരോടുപോലും ആവശ്യത്തിലേറെ കരുണകാട്ടി. അതിന്റെ പേരിൽ വേണ്ടുവോളം ശിക്ഷിക്കപ്പെട്ടു. നരസിംഹറാവുവിനെ പ്രധാനമന്ത്രിയാക്കാൻ ചുക്കാൻ പിടിച്ചു. അതേ റാവുതന്നെ പിന്നീട് ആന്റണിക്കുവേണ്ടി കരുണാകരനെ മുഖ്യമന്ത്രിക്കസേരയിൽനിന്ന് താഴെയിറക്കി. മുഖ്യമന്ത്രിയായിരുന്നപ്പോൾ കരുണാകരന്റെ പേരു പറഞ്ഞ് കോടികൾ സമ്പാദിച്ച കോൺഗ്രസുകാരുണ്ടായിരുന്നു. ക്ലിഫ് ഹൗസിൽ നിന്ന് കരുണാകരന്റെ പേര് മുതലാക്കി, അദ്ദേഹം അറിയാതെ ഒറ്റകോളിൽ അവർ കാര്യം സാധിക്കും. ലീഡറുടെ ഔദാര്യം വേണ്ടുവോളം മുതലാക്കിയവരെല്ലാം പിന്നീട് അദ്ദേഹത്തെ നിഷ്ക്കരുണം തിരസ്കരിച്ചു.

സാംസ്കാരിക നായകരോടും പൗരപ്രമുഖരോടും തികഞ്ഞ ബഹുമാനമായിരുന്നു. അവരുടെ ആവശ്യങ്ങളിൻമേൽ തീരുമാനമെടുക്കാൻ ഒട്ടും മടിക്കാറില്ല. കാലതാമസവും വരുത്തില്ല. ഗാന്ധിയൻ ജി. കുമാരപിള്ള സാർ പട്ടിണി സമരം നടത്തുന്ന കാര്യം മുഖ്യമന്ത്രി അറിയാൻ വൈകി. എം.പി. മൻമഥനാണ് ഇക്കാര്യം കരുണാകരനെ വിളിച്ചറിയിക്കുന്നത്. ഉടൻതന്നെ സെക്രട്ടറിയായ എന്നെ ബന്ധപ്പെട്ടു. ഞാനും അറിഞ്ഞിരുന്നില്ല. കാര്യം തിരക്കണം. ഉടൻ തീരുമാനം വേണമെന്നായി മുഖ്യൻ. ഒരു കള്ളുഷാപ്പ് പൂട്ടിക്കുന്നതിനായിരുന്നു കുമാരപിള്ള സാറിന്റെ സത്യാഗ്രഹം. അടുത്ത നിമിഷം ഷാപ്പിന് പൂട്ടുവീണു. വി.ടി. ഭട്ടതിരിപ്പാട് തൃശ്ശൂർ മെഡിക്കൽ കോളജിൽ ചികിൽസയിലാണെന്ന് കരുണാകരൻ അറിഞ്ഞു. കോഴിക്കോട് മെഡിക്കൽ കോളേജിൽ നിന്ന് വിദഗ്ധ ഡോക്ടർമാരെ അങ്ങോട്ടയക്കാൻ ഉത്തരവിട്ടു. അത്യാസന്ന നിലയിലാണ്. അതുകൊണ്ട് പ്രയോജനമില്ലെന്ന് അറിയിച്ചിട്ടും കരുണാകരൻ വിട്ടുവീഴ്ചയ്ക്കില്ലായിരുന്നു. ഇത്തരത്തിൽ വിട്ടുവീഴ്ചയില്ലാത്ത, ഇച്ഛാശക്തിയുള്ള ഒരു ഭരണാധികാരിയോടൊപ്പം പ്രവർത്തിക്കാനായതിൽ അങ്ങേയറ്റത്തെ ചാരിതാർത്ഥ്യമുണ്ട്. അഹങ്കാരിയായും അഴിമതിക്കാരനായുമൊക്കെ പൊതുവെ ചിത്രീകരിക്കപ്പെട്ട കരുണാകരൻ ആരായിരുന്നെന്നും എന്തായിരുന്നെന്നും അടുത്തുനിന്ന് മനസ്സിലാക്കാൻ കഴിഞ്ഞിട്ടുണ്ട്. അദ്ദേഹത്തിന് എന്നോടും ആ സ്നേഹം എന്നും കരുതലായുണ്ടായിരുന്നു. ആ വലിയ മനുഷ്യന്റെ സ്മരണയ്ക്ക് മുമ്പിൽ എന്റെ വിനീത പ്രണാമം.

തയ്യാറാക്കിയത്: മനോജ് ബാലകൃഷ്ണൻ

ഒരേയൊരു ലീഡർ

രമേശ് ചെന്നിത്തല

ഒരു യുഗമായിരുന്നു ലീഡർ കെ.കരുണാകരൻ. ആധുനിക കേരളത്തിന്റെ സ്രഷ്ടാക്കളിൽ പ്രമുഖൻ. നെഹ്റു കുടുംബത്തിലെ മൂന്ന് തലമുറയ്ക്കൊപ്പം പ്രവർത്തിച്ച് ഇന്ത്യൻ നാഷണൽ കോൺഗ്രസിന്റെ ദേശീയ നേതൃനിരയിൽ തലയുയർത്തിനിന്ന വ്യക്തിത്വം. കേരളത്തിലെ മുന്നണി രാഷ്ട്രീയത്തിന് പുതിയ ദിശാബോധം നൽകിയ ഐക്യജനാധിപത്യമുന്നണിയുടെ സ്ഥാപകനേതാക്കളിൽ പ്രമുഖൻ. അത്ഭുതപ്പെടുത്തുന്ന രാഷ്ട്രീയ നീക്കങ്ങളിലൂടെ രാഷ്ട്രീയ എതിരാളികളെയും ആരാധകരെയും ഒരുപോലെ വിസ്മയിപ്പിച്ച രാഷ്ട്രീയ ചാണക്യൻ. ലീഡറെക്കുറിച്ച് പറയാൻ തുടങ്ങിയാൽ അത് ഹിമാലയത്തെക്കുറിച്ചോ ഇന്ത്യാസമുദ്രത്തെക്കുറിച്ചോ വിവരിക്കുന്നതുപോലെയാകും.

എന്റെ രാഷ്ട്രീയഗുരുവും വഴികാട്ടിയും ആശ്രയകേന്ദ്രവുമായിരുന്നു അദ്ദേഹം. എത്രയോ യുവാക്കൾക്ക് അർഹമായ പരിഗണനയും പിന്തുണയും നൽകാനും അവരെ പൊതുപ്രവർത്തനത്തിൽ കൈപിടിച്ചുയർത്താനും അദ്ദേഹം ബദ്ധശ്രദ്ധനായിരുന്നു. എന്നെയും ജി. കാർത്തികേയനെയും പന്തളം സുധാകരനെയും ആദ്യം നിയമസഭയിലെത്തിച്ചത് ലീഡറുടെ ഈ ഉറച്ച ബോധ്യംകൊണ്ടുമാത്രമായിരുന്നു. അന്ന് കേരളത്തിലെ കോൺഗ്രസ് പ്രസ്ഥാനത്തെ നയിക്കുന്ന പല പ്രമുഖ നേതാക്കളും അവരുടെ പൊതു പ്രവർത്തന ജീവിതത്തിന്റെ വിവിധ ഘട്ടങ്ങളിൽ ലീഡറുടെ സ്നേഹവായ്പുകളും പിന്തുണയും മാർഗനിർദേശവും ആവോളം ലഭിച്ചവരാണ്.

1986 ൽ എന്റെ 29-ാമത്തെ വയസ്സിലാണ് അദ്ദേഹത്തിന്റെ മന്ത്രിസഭയിൽ എന്നെ ഉൾപ്പെടുത്തുന്നത്. അദ്ദേഹത്തിനു കീഴിൽ മന്ത്രിയായി പ്രവർത്തിക്കാൻ കഴിഞ്ഞത് എന്റെ ജീവിതത്തിലെ ഏറ്റവും മികച്ച അനുഭവമായിരുന്നു.

രാഷ്ട്രീയ വിദ്യാർത്ഥികൾക്ക് അദ്ദേഹം എന്നും ഒരു സർവകലാശാലയായിരുന്നു. ഇത്രയും കാര്യക്ഷമമായി മുന്നണി മന്ത്രിസഭകളെ നയിച്ച അപൂർവം നേതാക്കളേ ഇന്ത്യയിലുണ്ടായിട്ടുള്ളൂ. രാജ്യം മുഴുവൻ കരുണാകരൻ രൂപം നൽകിയ മുന്നണി രാഷ്ട്രീയത്തെ പിന്നീട് അനുകരിക്കുകയായിരുന്നു. ഇന്ത്യയിലെ മുന്നണി രാഷ്ട്രീയത്തിന്റെ തലതൊട്ടപ്പൻ എന്ന് അദ്ദേഹത്തെ വിശേഷിപ്പിച്ചാലും തെറ്റില്ല. ഒരു ഭരണകർത്താവ് എങ്ങനെയായിരിക്കണമെന്ന ചോദ്യം പലതലങ്ങളിൽ പലപ്പോഴായി അഭിസംബോധന ചെയ്യപ്പെട്ടിട്ടുണ്ട്. തീരുമാനങ്ങളെടുക്കുന്നതിലും അവ നടപ്പാക്കുന്നതിലും കാലതാമസമില്ലാതിരിക്കുകയും ജനങ്ങൾക്ക് ദീർഘകാലത്തേക്ക് ഗുണം ചെയ്യുന്നതായിരിക്കണമെന്ന ദീർഘവീക്ഷണത്തോടെ അത്തരം തീരുമാനങ്ങൾ നടപ്പാക്കുകയും ചെയ്യുന്നവരാണ് നല്ല ഭരണ കർത്താക്കൾ. അങ്ങനെ വിലയിരുത്തുമ്പോൾ കെ. കരുണാകരൻ ഇന്ത്യകണ്ട മികച്ച ഭരണകർത്താക്കളിൽ ഒരാളാണെന്ന് നിസ്സംശയം പറയാം. പട്ടികജാതി-പട്ടികവർഗ വിഭാഗങ്ങളുടെ ജീവിതത്തിൽ ഏറ്റവുമധികം മാറ്റങ്ങളുണ്ടാക്കാൻ കഴിഞ്ഞത് അദ്ദേഹം മുഖ്യമന്ത്രിയായിരുന്ന കാലയളവിലാണ്. അദ്ദേഹത്തിന്റെ കാലത്താണ് സ്പെഷ്യൽ റിക്രൂട്ട്മെന്റുകളിലൂടെ ഏറ്റവുമധികം പട്ടികജാതി-വർഗ വിഭാഗങ്ങൾ സർക്കാർ സർവീസുകളിൽ കയറിയത്.

കേരളംകണ്ട കരുത്തനായ ആഭ്യന്തരമന്ത്രിയും മുഖ്യമന്ത്രിയുമായിരുന്നു അദ്ദേഹം. 70-കളിൽ ഇന്ത്യയിലെ മറ്റുസംസ്ഥാനങ്ങളിൽ നക്സലിസവും മാവോയിസവും ജനങ്ങളുടെ സ്വൈര്യ ജീവിതത്തെ തകർത്തപ്പോൾ അവയ്ക്കെതിരെ കേരളത്തിൽ ശക്തമായ നിലപാടെടുക്കുകയും കേരളത്തെ അത്തരം ആഭ്യന്തര ഭീഷണികളിൽനിന്ന് രക്ഷപ്പെടുത്തി നിർത്തുകയും ചെയ്തത് കരുണാകരൻ എന്ന ശക്തനായ ആഭ്യന്തരമന്ത്രിയായിരുന്നു. അതിന് അദ്ദേഹം ഏറെ പഴികേട്ടുവെന്നത് സത്യം. പക്ഷേ, കേരളം ഇന്ന് ഛത്തീസ്ഗഢ് പോലെയോ ജാർഖണ്ഡ് പോലെയോ ആകാതിരുന്നതിന്റെ മുഴുവൻ ക്രെഡിറ്റും ലീഡർക്ക് അവകാശപ്പെട്ടതാണ്.

മികച്ച ഉദ്യോഗസ്ഥർക്ക് എല്ലാ പിന്തുണയും നൽകി അവരുടെ കഴിവുകൾ ജനങ്ങൾക്കുവേണ്ടി ഉപയോഗിക്കുന്നതിൽ ബദ്ധശ്രദ്ധനായിരുന്നു അദ്ദേഹം. 23 വർഷം മുമ്പ് ജനങ്ങളിൽ നിന്ന് പണം പിരിച്ച്

ഒരു വിമാനത്താവളം നിർമിക്കുകയെന്നത് ഭ്രാന്തൻ ആശയമായിരുന്ന കാലഘട്ടത്തിലാണ് നെടുമ്പാശ്ശേരി വിമാനത്താവളം അദ്ദേഹം വിഭാവനം ചെയ്യുന്നത്. അന്നതിനെ പരിഹസിച്ചവർ, വിമാനം ഇറങ്ങില്ലെന്ന് കളിയാക്കിയവർ, ഇറങ്ങുകയാണെങ്കിൽ തങ്ങളുടെ നെഞ്ചത്തുകൂടിയേ ഇറക്കൂവെന്ന് ഭീഷണിപ്പെടുത്തിയവർ, അതിനെതിരെ പ്രക്ഷോഭം നയിച്ചവർ എല്ലാം പിന്നീട് ഡയറക്ടർ ബോർഡിലും മറ്റുമൊക്കെ കയറിപ്പറ്റാൻ തള്ളിക്കയറിയ കഥ നമുക്കറിയാം. കൊച്ചിയിലെ അന്താരാഷ്ട്ര സ്റ്റേഡിയം യാഥാർത്ഥ്യമാക്കാൻ കരുണാകരൻ യത്നിച്ചപ്പോഴും അതിനെ എതിർത്തവരുണ്ടായിരുന്നു. എന്നാൽ, തനിക്ക് ശരിയെന്നുതോന്നുന്ന കാര്യങ്ങൾ, അവ ജനങ്ങൾക്ക് ഉപയുക്തമാകുമെന്ന് വിശ്വാസമുണ്ടെങ്കിൽ അതിനുവേണ്ടി ഏതറ്റംവരെയും പോകാനുള്ള സന്നദ്ധത അദ്ദേഹത്തിനുണ്ടായിരുന്നു. വിമർശനങ്ങൾക്കും അപവാദ പ്രചാരണങ്ങൾക്കും എതിർശബ്ദങ്ങൾക്കും അദ്ദേഹത്തെ തളർത്താൻ കഴിഞ്ഞിരുന്നില്ല.

ജനങ്ങളിൽ നിന്ന് ഉയർന്നുവന്ന നേതാവായിരുന്നു അദ്ദേഹം. ജനങ്ങളുടെ ഹൃദയത്തുടിപ്പ് കൃത്യമായി അളക്കാനും അവരുടെ ആശയാഭിലാഷങ്ങൾ എന്താണെന്ന് മനസ്സിലാക്കാനും അദ്ദേഹത്തിന് കഴിഞ്ഞു.

കേരളത്തിന്റെ മഹാനായ പുത്രന്റെ ജ്വലിക്കുന്ന ഓർമകൾക്കുമുമ്പിൽ പ്രണാമം.

പിതൃതുല്യനായ ലീഡർ

ചെറിയാൻ ഫിലിപ്പ്

1996ലെ ലോക്സഭാ തിരഞ്ഞെടുപ്പുഫലം ദൂരദർശനിൽ തത്സമയം വിശകലനം ചെയ്യുകയായിരുന്നു. ലോക്സഭയിലും നിയമസഭയിലും കോൺഗ്രസിന്റെ തോൽവി വിളംബരം ചെയ്യുന്ന വാർത്താ പ്രവാഹം. എൽ.ഡി.എഫിനുവേണ്ടി ഡോ.തോമസ് ഐസക്കും യു.ഡി.എഫിനു വേണ്ടി ഞാനും സ്റ്റുഡിയോയിൽ വാദമുഖങ്ങൾ ഉന്നയിച്ചുകൊണ്ടിരിക്കുന്നു.

പൊടുന്നനെയാണ് തൃശ്ശൂരിലെ കെ. കരുണാകരന്റെ പരാജയം സംബന്ധിച്ച ഫ്ളാഷ് ന്യൂസ് വരുന്നത്. പിന്നാലെ അദ്ദേഹത്തിന്റെ പ്രതികരണവും 'എന്നെചിലർ മുന്നിൽനിന്നും പിന്നിൽനിന്നും കുത്തി' എന്നായിരുന്നു രോഷാകുലമായ വാക്കുകൾ. ഇതോടൊപ്പം അവതാരകൻ എന്റെ അഭിപ്രായം ആരാഞ്ഞു "ലീഡർ മലർന്നുകിടന്ന് തുപ്പുകയാണ്" എന്നാണ് ഞാൻ തട്ടിവിട്ടത്.

കാറിൽ തിരിച്ചുപോകുമ്പോൾ തോമസ് ഐസക് എന്റെ വാക്കുകളിലെ മാർദ്ദവമില്ലായ്മ ചൂണ്ടിക്കാട്ടി. ഞാൻ സെൽഫ് ഗോൾ അടിച്ചുവെന്നായിരുന്നു ഐസക്കിന്റെ ആക്ഷേപം. വീട്ടിലെത്തും മുമ്പ് എന്റെ പേജിൽ വന്ന അനുകൂലവും പ്രതികൂലവുമായ നിരവധി പ്രതികരണങ്ങൾ ഉറക്കം കെടുത്തി.

അടുത്ത ദിവസം രാവിലെ എ.കെ. ആന്റണിയെ കണ്ടപ്പോൾ അദ്ദേഹം ക്ഷുഭിതനായി. 'വീണുകിടക്കുന്നവരെ ചവിട്ടരുത്' എന്നു പറഞ്ഞ ആന്റണി പ്രായത്തെയെങ്കിലും ബഹുമാനിക്കണമെന്ന് ഉപദേശിച്ചു. എന്റെ പാഴ്വാക്ക് ലീഡറെ വേദനിപ്പിച്ചുകാണുമെന്ന വിചാരം മനസ്സാക്ഷിയെ വേട്ടയാടി.

ഒരാഴ്ചകഴിഞ്ഞ് ഒരു ട്രെയിൻ യാത്രയിൽ കണ്ടുമുട്ടിയപ്പോൾ ലീഡർ എന്റെ ചെവിയിൽ പറഞ്ഞു "എന്നെ പിന്നിൽ നിന്നു കുത്തിയത് എന്റെ ആൾക്കാർ തന്നെയാണ്. ആന്റണി ഗ്രൂപ്പുകാരല്ല. ആന്റണിയോടും ഗ്രൂപ്പിനോടും തനിക്കുള്ള പ്രതിബദ്ധതയെ ഞാൻ മാനിക്കുന്നു. തന്നപ്പോലെയൊരാൾ എനിക്കുണ്ടായിരുന്നെങ്കിൽ". എനിക്കു തെറ്റുപറ്റിയതായി ഞാൻ ക്ഷമാപണം നടത്തിയപ്പോൾ ലീഡർ എന്നെ കെട്ടിപ്പിടിച്ചു. ഈ സംഭവത്തിനുശേഷം മരണംവരെ ഒരിക്കൽപ്പോലും ലീഡറെ ഞാൻ വിമർശിച്ചിട്ടില്ല.

1998ലെ ലോക്സഭാ തിരഞ്ഞെടുപ്പിൽ ആലപ്പുഴയിൽ വി.എം.സുധീരനുവേണ്ടി പ്രവർത്തിക്കാനാണ് ഞാൻ തീരുമാനിച്ചിരുന്നത്. ഇക്കാര്യം എ.കെ. ആന്റണിയോട് സൂചിപ്പിക്കുകയും ചെയ്തിരുന്നു. കരുണാകരൻ തിരുവനന്തപുരത്ത് സ്ഥാനാർത്ഥിയായതോടെ ഞാൻ തിരുവനന്തപുരത്തുതന്നെ വേണമെന്ന നിലപാടാണ് ആന്റണി സ്വീകരിച്ചത്. അന്നുതന്നെ എനിക്ക് പത്മജയുടെ ഫോൺവന്നു. "ചെറിയാനെ അച്ഛനൊന്ന് കാണണം." അപ്പോൾത്തന്നെ ബേക്കറി ജംഗ്ഷനിലുള്ള ലീഡറിന്റെ വാടകവീട്ടിലെത്തി.

കെ.വി. സുരേന്ദ്രനാഥ് എന്ന ജനസമ്മതനോട് വിജയിക്കുകയെന്നത് ദുഷ്കരമാണെന്നായിരുന്നു എന്റെ പ്രഥമ പ്രതികരണം. 'നമ്മുടെ ആളുകൾ അങ്ങനെയല്ലല്ലോ പറയുന്നത്' എന്നായി ലീഡർ. വൈതാളികന്മാരെ വിശ്വസിക്കരുതെന്ന് ഞാൻ തുറന്നടിച്ചു. മറികടക്കാനുള്ള മാർഗ്ഗങ്ങൾ എന്തൊക്കെയാണെന്ന് ലീഡർ ചോദിച്ചു. ഞാൻ ഒരു മണിക്കൂറോളം വിവിധ വശങ്ങൾ അക്കമിട്ടു വിവരിച്ചപ്പോൾ ശ്രദ്ധാപൂർവം കേട്ടിരുന്ന അദ്ദേഹം തിരഞ്ഞെടുപ്പു പ്രചാരണത്തിന്റെ മുഴുവൻ ചുമതലകളും എന്നെ ഏൽപ്പിച്ചു. എന്നെ സഹായിക്കാൻ പത്മജയെ ചുമതലപ്പെടുത്തി.

തിരഞ്ഞെടുപ്പിൽ ലീഡർ വൻ ഭൂരിപക്ഷത്തോടെ വിജയിച്ചപ്പോൾ വിജയശില്പിയായി അദ്ദേഹം എന്നെ വിശേഷിപ്പിച്ചു. ലീഡർ എന്നെക്കുറിച്ച് പരസ്യമായി പ്രകടിപ്പിച്ച പ്രശംസാവചസ്സുകൾ കോൺഗ്രസിൽ അസൂയാലുക്കളെ വളർത്തി. ലീഡർ എനിക്കു നൽകുന്ന പ്രാധാന്യം 'ഐ' ഗ്രൂപ്പുകാരെ അസ്വസ്ഥരാക്കി. ഞാൻ കരുണാകരൻ ഗ്രൂപ്പിൽ ചേർന്നതായി 'എ' ഗ്രൂപ്പിലെ ദോഷൈകദൃക്കുകൾ പ്രചരിപ്പിച്ചു.

ക്രമേണ കരുണാകരൻ എന്നെ മകനെപ്പോലെ സ്നേഹിച്ചുതുടങ്ങി. തുരുവനന്തപുരത്തുള്ളപ്പോൾ ഭക്ഷണമേശയിൽ എനിക്കുവേണ്ടി പലപ്പോഴും കാത്തിരുന്നു. സസ്യഭുക്കായ അദ്ദേഹം എനിക്കുവേണ്ടി മത്സ്യമാംസാദികൾ തയ്യാറാക്കാൻ പാചകക്കാർക്ക് നിർദ്ദേശം

നൽകിയിരുന്നു. പഴയ ചരിത്രവസ്തുതകളും രസകരമായ കഥകളും എന്നെ പറഞ്ഞു കേൾപ്പിക്കുന്നത് തിരിക്കിനിടയിലും ലീഡറിന്റെ വിനോദമായിരുന്നു.

കരുണാകരനെ മാധ്യമങ്ങളും എതിരാളികളും കുറ്റവാളിയാക്കിയ തട്ടിൽകേസ്, രാജൻകേസ്, ചാരവൃത്തികേസ് എന്നിവയിൽ ലീഡർ തീർത്തും നിരപരാധിയായിരുന്നു. തന്റെ നിരപരാധിത്വം തെളിയിക്കാൻ മറ്റാരെയും അദ്ദേഹം കുറ്റപ്പെടുത്തുകയോ ബലിയാടാക്കുകയോ ചെയ്തില്ല. തനിക്കറിയാവുന്ന മുഴുവൻ കാര്യങ്ങളും അദ്ദേഹം എന്നോട് പലപ്പോഴായി പറഞ്ഞിട്ടുണ്ട്. ഒരു ചരിത്രകാരനെന്ന നിലയിൽ എഴുതാനുള്ള അനുവാദവും നൽകി - തന്റെ മരണശേഷം എന്ന നിബന്ധനയോടെ.

ആന്റണിയുടെ വിശ്വസ്തൻ എന്ന നിലയിൽ തന്നെയാണ് കരുണാകരൻ എന്നും എന്നെ വിശ്വാസത്തിലെടുത്തത്. ആന്റണിയെ ധരിപ്പിക്കേണ്ട വിഷയങ്ങൾ അദ്ദേഹം എന്നോട് പറഞ്ഞിരുന്നു. കരുണാകരനും ആന്റണിയും തമ്മിലുള്ള ഗ്രൂപ്പ് സംഘർഷങ്ങൾ ഒരു പരിധിവരെയെങ്കിലും ലഘൂകരിക്കാൻ ഇരുനേതാക്കളുമായുള്ള എന്റെ ആത്മബന്ധംമൂലം 1998 മുതൽ 2001 വരെയുള്ള കാലഘട്ടത്തിൽ കഴിഞ്ഞിരുന്നു.

ഞാൻ കോൺഗ്രസ്സ് വിട്ടതിനുശേഷമുള്ള പത്തുവർഷവും ലീഡറുമായുള്ള ബന്ധം തുടർന്നിരുന്നു. എന്നെ ടി.വിയിൽ എപ്പോഴെങ്കിലും കണ്ടാൽ ഉടൻ വിളിക്കും. ചെന്നില്ലെങ്കിൽ പരിഭവമായി. ഭക്ഷണം കഴിക്കാതെ വിടില്ല. മരണംവരെയും ഞാൻ ലീഡറുടെ കുടുംബാംഗംതന്നെയായിരുന്നു. മുരളിയും പത്മജയും എന്നപോലെ അനുവാദമില്ലാതെ കിടപ്പുമുറിയിൽ പ്രവേശിക്കാനുള്ള സ്വാതന്ത്ര്യം എനിക്ക് നൽകിയിരുന്നു.

ഒരു തത്ത്വത്തിന്റെ പേരിൽ ഞാൻ പുതുപ്പള്ളിയിൽ മത്സരിക്കാനൊരുങ്ങിയപ്പോൾ എന്നെ ഏറ്റവുമധികം നിരുത്സാഹപ്പെടുത്തിയത് ലീഡറായിരുന്നു. പുതുപ്പള്ളിയിൽ ഒരിക്കലും ജയിക്കാനാവില്ലെന്നു പറഞ്ഞ ലീഡർ എന്നെ കെട്ടിപ്പിടിച്ച് പൊട്ടിക്കരഞ്ഞു. “കുടുംബമില്ലാത്ത ചെറിയാന് ഏക കുടുംബം കോൺഗ്രസ്സാണ്. അനാഥനാവരുത്” എന്ന ലീഡറുടെ ഉപദേശം തിരസ്കരിച്ചുകൊണ്ടാണ് ഞാൻ പുതുപ്പള്ളിയിലേക്ക് പുറപ്പെട്ടത്. തിരുവനന്തപുരം നോർത്തിൽ മത്സരിക്കണമെന്നാണ് ലീഡർ ശഠിച്ചത്.

പുതുപ്പള്ളിയിൽ പരാജയപ്പെട്ട എനിക്ക് ആദ്യമായി ലഭിച്ച ഫോൺകോൾ ലീഡറുടേതായിരുന്നു. തിരിച്ച് കോൺഗ്രസ്സിൽ വരണമെന്നായിരുന്നു ആവശ്യം. ലീഡറെ പലപ്രാവശ്യം ഞാൻ കണ്ടെങ്കിലും

ആത്മാഭിമാനത്തിന് മുറിവേറ്റ എനിക്ക് കോൺഗ്രസിൽ തുടരാനാവി ല്ലെന്ന നിലപാട് അദ്ദേഹം അംഗീകരിച്ചിരുന്നില്ല. പിന്നീട് കോൺഗ്ര സിൽ നിന്ന് ലീഡർക്ക് നിരവധി തിക്താനുഭവങ്ങൾ ഉണ്ടായപ്പോൾ 'എനിക്കും ആത്മാഭിമാനം നഷ്ടമായി' എന്ന് അദ്ദേഹം വിലപിച്ചിരുന്നു.

ഒടുവിൽ ഞാൻ ലീഡറെ കണ്ടപ്പോൾ അദ്ദേഹം ശാരീരികമായും മാനസികമായും വളരെ അസ്വസ്ഥനായിരുന്നു. മുരളിയെ കോൺഗ്ര സിൽ പ്രവേശിപ്പിക്കാത്തതിൽ അദ്ദേഹം അങ്ങേയറ്റം വ്രണിതഹൃദയ നായിരുന്നു. എല്ലായിടത്തും മക്കൾ രാഷ്ട്രീയം കൊടികുത്തി വാഴുമ്പോൾ മുരളിക്കും പത്മജയ്ക്കും രാഷ്ട്രീയത്തിൽ അർഹമായ സ്ഥാനം ലഭിക്കാ ത്തതിൽ ലീഡറുടെ മനസ്സ് തേങ്ങി. "ചെറിയാന് മക്കളില്ലാത്തതുകൊ ണ്ടാണ് ഒരു പിതാവിന്റെ ദുഃഖം അറിയാത്തത്." ഞാൻ ചിരിച്ചുകൊണ്ട് തിരിച്ചടിച്ചു. "എനിക്ക് മക്കളില്ലെങ്കിലും പിതൃതുല്യനായ ലീഡറുണ്ടല്ലോ"- ലീഡറുടെ കണ്ണുകൾ നിറഞ്ഞു.

ഇ.എം.എസ്സ്. കഴിഞ്ഞാൽ ഐക്യകേരളത്തിൽ ഏറ്റവും ശ്രദ്ധേയ നായ രാഷ്ട്രീയ വ്യക്തിത്വമാണ് കരുണാകരൻ. പിണറായി വിജയൻ കഴിഞ്ഞാൽ മാധ്യമങ്ങൾ ഇത്രയേറെ വേട്ടയാടിയ മറ്റൊരു വ്യക്തി കേരളത്തിലില്ല. എന്നും ഒഴുക്കിനെതിരെ നീന്തിയ ലീഡർ പ്രായോഗിക രാഷ്ട്രീയത്തിൽ ദേശീയതലത്തിൽ പോലും ഔന്നത്യം പുലർത്തുന്നു.

ആ ഹൃദയം എന്നോട് പറഞ്ഞത്

ഡോ. സി.ജി. ബാഹുലേയൻ

രോഗിയും ഡോക്ടറും തമ്മിലുള്ള ബന്ധത്തിനപ്പുറം കരുണാകരൻ സാറുമായി എനിക്ക് വളരെ ആഴത്തിലുള്ള കുടുംബ ബന്ധമുണ്ട്.

എന്റെ അച്ഛന്റെ സഹോദരൻ പരേതനായ സി.കെ. ഭാസ്കരൻ വഴിയാണ് ആ ബന്ധം ആരംഭിക്കുന്നത്. സെക്രട്ടേറിയറ്റിൽ ജോയിന്റ് സെക്രട്ടറിയായിരുന്ന ഇളയച്ഛൻ ദീർഘകാലം കരുണാകരൻ സാറിന്റെ പ്രൈവറ്റ് സെക്രട്ടറിയായിരുന്നു. അതിലുപരി വിശ്വസ്ത സുഹൃത്തും. ഇളയച്ഛന്റെ ഭാര്യവീടും ലീഡറുടെ പത്നി കല്യാണിക്കുട്ടി അമ്മയുടെ വീടും തൃശ്ശൂരിൽ അയൽപക്കമായിരുന്നു എന്നു മാത്രമല്ല ഒരു കുടുംബംപോലെ സൗഹൃദത്തിലുമായിരുന്നു.

1976ൽ തിരുവനന്തപുരം മെഡിക്കൽ കോളേജിൽ പോസ്റ്റ് ഗ്രാജ്വേഷന് ഞാൻ ചേരുന്ന കാലം മുതൽ കരുണാകരൻ സാറുമായി നേരിട്ട് ബന്ധപ്പെടാൻ തുടങ്ങി. അക്കൊല്ലമാണെന്നു തോന്നുന്നു കരുണാകരൻ സാറിന്റെ അളിയനെ ഹൃദ്രോഗബാധിതനായി അഡ്മിറ്റ് ചെയ്തു. മെഡിക്കൽ കോളേജിൽ അന്ന് കൊറോണറി കെയർ യൂണിറ്റ് തുടങ്ങിയതേയുള്ളൂ. മറ്റു പ്രധാന ആശുപത്രികളിലൊന്നും ആ സൗകര്യമില്ല. യൂണിറ്റിന്റെ മേധാവി ഡോ.കെ.പി.ചന്ദ്രശേഖരൻ നായരാണ്. ഏകദേശം ഒരുമാസത്തിലേറെ കരുണാകരൻ സാറിന്റെ അളിയൻ ആശുപത്രിയിൽ കിടന്നു. അക്കാലത്ത് ഹൃദ്രോഗ ചികിത്സ നീണ്ടതാണ്. ആ ദിവസങ്ങളിലെല്ലാം കരുണാകരൻ സാറുമായി നിരന്തരം സംസാരിക്കാൻ എനിക്ക് ഇടവന്നു.

കല്യാണിക്കുട്ടി അമ്മയുടെ കുടുംബത്തിൽ ഹൃദ്രോഗബാധ വളരെ കൂടുതലായി കണ്ടിരുന്നു. സഹോദരന്മാർക്കെല്ലാം ഹൃദ്രോഗബാധയുണ്ടായി. തിരുവനന്തപുരം മെഡിക്കൽ കോളേജിൽ അഡ്മിറ്റായ അവരെയെല്ലാം ചികിത്സിച്ചിട്ടുണ്ട്. കല്യാണിക്കുട്ടി അമ്മയ്ക്കും ഹൃദ്രോഗമുണ്ടായിരുന്നല്ലോ. ഞാൻ വിദേശത്ത് പോകുന്നതുവരെ അവരെ ചികിത്സിച്ചിരുന്നു. പിന്നീട് അമേരിക്കയിൽവച്ച് ഹൃദയ ശസ്ത്രക്രിയയ്ക്ക് വിധേയയായ കല്യാണിക്കുട്ടി അമ്മ അവിടെ വച്ച് മരിക്കുകയായിരുന്നല്ലോ.

എന്റെ ചികിത്സയിൽ കരുണാകരൻസാറിന് വളരെ വിശ്വാസമുണ്ടായിരുന്നു. അത് എന്റെ ഭാഗ്യമാണ്. മറ്റ് ഏതു ഡോക്ടർ മരുന്നെഴുതിയാലും എന്നെ വിളിച്ചു ചോദിച്ചിട്ടേ കഴിക്കൂ. ഡൽഹിയിലും വെല്ലൂരും ചികിത്സയ്ക്കുപോയപ്പോഴും അങ്ങനെയായിരുന്നു. ഏതു മരുന്നായാലും എന്തിനാണെന്നും എന്താണ് പ്രവർത്തനമെന്നും വിശദമായി അന്വേഷിച്ച് ബോദ്ധ്യം വരണം. അതും ലീഡറുടെ പ്രത്യേകതയായിരുന്നു.

1992-ൽ കാറപകടത്തിൽപ്പെടുന്നതുവരെ കരുണാകരൻ സാറിന് പ്രത്യേകിച്ച് രോഗമൊന്നുമുണ്ടായിരുന്നില്ല. ആ അപകടത്തെത്തുടർന്ന് മെഡിക്കൽ കോളേജിൽ അഡ്മിറ്റാകുമ്പോഴാണ് രോഗിയെന്ന നിലയിൽ അദ്ദേഹത്തെ ആദ്യമായി കാണുന്നത്. അതുവരെ ഊർജ്ജസ്വലനായ നേതാവായേ കണ്ടിട്ടുള്ളൂ. രോഗത്തെക്കുറിച്ച് ചിന്തിക്കാൻ പോലുമാകാത്ത പ്രസരിപ്പായിരുന്നല്ലോ മുഖത്ത്. മെഡിക്കൽ കേളേജിലും തുടർന്ന് ശ്രീചിത്രയിലും ചികിത്സ കിഴഞ്ഞ് അദ്ദേഹം സാധാരണ ജീവിതത്തിലേക്ക് മടങ്ങിയെങ്കിലും രോഗാവസ്ഥ രൂപം കൊണ്ടത് അക്കാലത്താണ്. 1992ൽ വിദേശത്തുപോയ ഞാൻ '95ൽ തിരുച്ചവരുമ്പോൾ കരുണാകരൻ സാറിന് നിറുത്താതെയുള്ള ചുമയായിരുന്നു. ശ്വാസം മുട്ടലുമുണ്ടായിരുന്നു. എന്നെ വീട്ടിലേക്കു വിളിച്ചു. കാര്യങ്ങൾ അന്വേഷിച്ചപ്പോഴാണ് ഇടയ്ക്ക് എറണാകുളത്തെ ഒരാശുപത്രിയിൽ ചികിത്സിച്ച വിവരം പറയുന്നത്. ഹൃദയത്തിന്റെ താളമിടിപ്പിൽ ഒരു വ്യതിയാനമുണ്ടായിരുന്നു. ഏട്രിയൽ ഫിബ്രിലേഷൻ എന്ന് വൈദ്യശാസ്ത്രം പറയുന്ന താളംതെറ്റിയ ഹൃദയമിടിപ്പാണത്. പ്രായമായവരിൽ കണ്ടുവരുന്ന രോഗം. ഈ രോഗമുള്ളവരിൽ നാഡിമിടിപ്പിലും വ്യത്യാസമുണ്ടാകും. ഇതിന്റെ ചികിത്സയ്ക്കായി അമിയോ ഡാരോൺ എന്ന മരുന്നു കഴിച്ചിരുന്നു. വളരെ വിലപ്പെട്ട മരുന്നാണെങ്കിലും ഗുരുതരമായ പാർശ്വഫലവും അനുഭവിയാണ്. ശ്വാസകോശത്തിൽ ഫൈബ്രോസിസ് ഉണ്ടാകും. കരുണാകരൻസാറിനും അതു സംഭവിച്ചു. അതേത്തുടർന്നാണ് നിറുത്താതെയുള്ള ചുമ ആരംഭിച്ചത്.

സി.ടി.സ്കാൻ ചെയ്ത ശ്വാസകോശത്തിലെ ഫൈബ്രോസിസ് സ്ഥിരീകരിച്ചു. രോഗകാരണവും കരുണാകരൻ സാറിനെ പറഞ്ഞു മനസ്സിലാക്കി. തുടർന്ന് ആ മരുന്ന് നിറുത്താനുള്ള തീരുമാനമെടുക്കേണ്ടിവന്നു. ഡോക്ടർ ഒരു തീരുമാനമെടുത്താൽ എന്തുകൊണ്ട് അങ്ങനെ തീരുമാനിച്ചു എന്ന് അദ്ദേഹത്തെ ബോദ്ധ്യപ്പെടുത്തിയേ തീരൂ. അതും കരുണാകരൻ സാറിന്റെ ശീലമാണ്. ഞാൻ രോഗിയാണ്. ഡോക്ടർമാർ നോക്കിക്കോളും എന്ന നിലപാടല്ല അദ്ദേഹത്തിന്റേത്. ഡോക്ടർമാരുടെ 'ബോൾഡായ ഡിസിഷൻ' എന്നെ രക്ഷിച്ചു എന്ന് പിന്നീട് മാധ്യമങ്ങളോട് അദ്ദേഹം പറഞ്ഞിട്ടുണ്ട്. അദ്ദേഹത്തിന്റെ നിലപാട് ഡോക്ടർമാരെയും ഒരു ചാലഞ്ചിംഗ് സിറ്റുവേഷനിൽ എത്തിക്കും.

എട്രിയൽ ഫിബ്രിലേഷൻ ചികിത്സിക്കുന്നതിന് മറ്റു മരുന്നുകളുടെ കോമ്പിനേഷനാണ് തുടർന്നു നൽകിയത്.

റോഡപകടത്തിനുശേഷം കരുണാകരൻ സാറിന്റെ ശ്വാസകോശത്തിന്റെ വലിപ്പം കുറഞ്ഞു. പ്രവർത്തനവും പൂർണ്ണതോതിലായില്ല. Bronchiectasis എന്ന അസുഖം കൂടി ഉണ്ടായി. അങ്ങനെ മൊത്തമായി ശ്വാസകോശത്തിന്റെ പ്രവർത്തനം ക്രമരഹിതമാവുകയും ശ്വാസതടസ്സം അനുഭവപ്പെടുകയുമായിരുന്നു. പുതിയ മരുന്നു കോമ്പിനേഷനിലൂടെ രോഗം നിയന്ത്രിക്കാനായി. രക്തസമ്മർദം, കൊളസ്ട്രോൾ, ഷുഗർ എന്നിവയൊന്നും അക്കാലത്ത് അദ്ദേഹത്തിനുണ്ടായിരുന്നില്ല. ഇവ മൂന്നുമാണല്ലോ ഏതു രോഗിയെയും കൂടുതൽ കുഴപ്പത്തിലാക്കുന്നത്.

1995 മുതൽ അദ്ദേഹത്തിന്റെ ചികിത്സയ്ക്ക് ഞാൻ മുടങ്ങാതെ തിരുവനന്തപുരത്ത് ഉണ്ടായിരുന്നു എന്നത് ഒരു ഭാഗ്യമാണ്. ഇക്കാലത്ത് ഞാൻ വിദേശയാത്രകൾ നടത്തിയെങ്കിലും അദ്ദേഹത്തിന് ക്രിട്ടിക്കലായ മുഹൂർത്തങ്ങളിൽ ഞാൻ സ്ഥലത്തുണ്ടായിരുന്നു.

ഞാൻ മെഡിക്കൽ കോളേജിൽ ജോലിയിലിരുന്ന കാലത്തെല്ലാം അവിടെ ചികിത്സ നടത്താനാണ് അദ്ദേഹം ആഗ്രഹിച്ചത്. സൗകര്യം കുറവാണെന്നു ഞാൻ പറഞ്ഞാലും അങ്ങോട്ടു വരാമെന്ന് അദ്ദേഹം തീർത്തുപറയും. ചികിത്സാവേളയിൽ തന്നെ ആശുപത്രി സൂപ്രണ്ടിനോടും മറ്റു ഡോക്ടർമാരോടും ആശുപത്രി വികസനത്തെപ്പറ്റി ചർച്ചചെയ്യും.

ഒരിക്കൽ കാർഡിയോളജി വിഭാഗത്തിന്റെ വികസനത്തിനും ഉപകരണം വാങ്ങാനുമായി 50 ലക്ഷം രൂപയാണ് അദ്ദേഹം അനുവദിച്ചത്. എം.പി. ഫണ്ടിൽ നിന്നായിരുന്നു അത്. ആശുപത്രിയിലെ ആദ്യ ഇൻസിനറേറ്റർ സ്ഥാപിക്കാൻ നടപടിയെടുത്തതും അദ്ദേഹം തന്നെ.

അദ്ദേഹം ഡൽഹിയിൽ മന്ത്രിയായും എം.പിയായും കഴിഞ്ഞപ്പോഴൊക്കെ അവിടെ ഡോക്ടർമാരെ കണ്ട സന്ദർഭത്തിൽ ഉടനെ എന്നെ

വിളിക്കുമായിരുന്നു. 'ഈ മരുന്നുവേണോ ബാഹുലേയാ' എന്നാവും ഡിൽഹിയിൽ നിന്നുള്ള ആദ്യം ചോദ്യം.

2008 ഒക്ടോബറിലാണ് അദ്ദേഹത്തിന്റെ ആരോഗ്യത്തിൽ ഒരു മന്ദത അനുഭവപ്പെട്ടുതുടങ്ങിയത്. ഞാൻ 'കല്യാണി'യിലെത്തി പരിശോധിക്കുമ്പോൾ സാധാരണ കാണാറുള്ള ശ്വാസതടസ്സത്തിനും ചുമയ്ക്കും അപ്പുറമുള്ള ഒരവസ്ഥയാണ്. ന്യൂറോളജി പരിശോധന അത്യാവശ്യമാണെന്ന് ഞാൻ തീരുമാനിച്ചു. അദ്ദേഹം അംഗീരിച്ചു. അങ്ങനെയാണ് അനന്തപുരി ആശുപത്രിയിൽ ആദ്യമായി അദ്ദേഹത്തെ അഡ്മിറ്റ് ചെയ്യുന്നത്. ന്യൂറോളജിസ്റ്റ് ഡോ. ശൈലജ പരിശോധിച്ചശേഷം പറഞ്ഞു, തലച്ചോറിനു ചുറ്റുമുള്ള ആവരണത്തിനിടയിൽ ബ്ലീഡിംഗ് ഉണ്ടായിരിക്കുന്നു. ഉടൻതന്നെ സ്കാൻ ചെയ്ത് അത് ഉറപ്പുവരുത്തി. പക്ഷേ, ശസ്ത്രക്രിയ ചെയ്ത് രക്തം നീക്കാനാവില്ല. കാരണം പ്രായം 91 ആയി. കട്ടപിടിച്ച രക്തം നീക്കിയില്ലെങ്കിൽ തലച്ചോറിന്റെ പ്രവർത്തനം തടസ്സപ്പെടും. അതും പ്രശ്നമാണ്. അനന്തപുരിയിലെ ഡോക്ടർമാർ യോഗം ചേർന്നു - മാർത്താണ്ഡപിള്ള, മാത്യു തോമസ്, ഘോഷ്, കാശി വിശ്വേശ്വരൻ, അനിൽ, അശോക്, മഹാദേവൻ - എന്നിവരെല്ലാമുണ്ട്. പേഴ്സണൽ ഡോക്ടർ ഉണ്ണികൃഷ്ണനും സന്നിഹിതനായിരുന്നു. ശസ്ത്രക്രിയ ചെയ്യാതെ മരുന്നു നൽകി ചികിത്സിക്കാമെന്ന് കൂട്ടായ തീരുമാനമെടുത്തു. അതനുസരിച്ച് മരുന്നുനൽകിയപ്പോൾ ബ്ലീഡിംഗ് കുറഞ്ഞു ഇല്ലാതായി.

എന്നാൽ ആ കിടപ്പിൽ ഇൻഫെക്ഷൻ ഉണ്ടായി. അതുകൂടിയപ്പോൾ വെല്ലൂർ ആശുപത്രിയിലേക്ക് കൊണ്ടുപോകാനുള്ള നിർദ്ദേശം ഞാൻ തന്നെയാണ് മുന്നോട്ടുവച്ചത്. ഇതിനിടെ കുറച്ചുദിവസം ശ്രീചിത്രയിലേക്കും മാറ്റിയിരുന്നു. ന്യൂറോളജിക്കൽ റീഹാബിലിറ്റേഷനു വേണ്ടിയാണ് വെല്ലൂരിൽ പോകാമെന്നു തീരുമാനിച്ചത്. അന്ന് അദ്ദേഹത്തിന്റെ പ്രൈവറ്റ് സെക്രട്ടറി കണ്ണപ്പൻ കൂടെയുണ്ടായിരുന്നു. ഒരു മാസത്തെ ചികിത്സയ്ക്കുശേഷം വളരെ ഉന്മേഷവാനായാണ് കരുണാകരൻ സാർ തിരുച്ചുവന്നത്. ഇതു തന്റെ രണ്ടാം ജന്മമാണെന്നാണ് അദ്ദേഹം മടങ്ങിവരവിനെപ്പറ്റി പറഞ്ഞത്.

ഇനിയുമൊരു 'ലോംഗ് ഇന്നിംസിന്' സമയമുണ്ടെന്ന ധ്വനി ആ പ്രതികരണത്തിലുണ്ടായിരുന്നു. അത് ഡോക്ടർമാർക്ക് വളരെ വലിയ പ്രത്യാശയാണ് നൽകിയത്. രോഗിയുടെ ഇത്തരം പ്രതികരണങ്ങളാണ് ഡോക്ടറെ എപ്പോഴും ഉന്മേഷഭരിതരാക്കുന്നത്.

2008 നവംബറിൽ വെല്ലൂരില ചികിത്സയ്ക്കുശേഷം അദ്ദേഹം സാധാരണപോലെ കർമ്മരംഗത്തുണ്ടായിരുന്നു. ഡൽഹിയാത്ര, സമ്മേളനങ്ങൾ, ഗുരുവായൂർ ദർശനം എല്ലാം പതിവുപോലെ.

കൃത്യം ഒരു വർഷം കഴിഞ്ഞ് 2009 നവംബറിൽ അദ്ദേഹം വീണ്ടും ഗുരുതരാവസ്ഥയിൽ അനന്തപുരിയിൽ അഡ്മിറ്റായി. കഠിനമായ ശ്വാസംമുട്ടലോടെയാണ് അവിടെ എത്തിയത്.

വളരെ ക്രിട്ടിക്കൽ സിറ്റുവേഷനായിരുന്നു. കുടുംബാംഗങ്ങളെ വിളിച്ച് ഞങ്ങൾ ചർച്ചചെയ്തു. രോഗിയെ കാര്യങ്ങൾ ബോദ്ധ്യപ്പെടുത്താനാവാത്ത അവസ്ഥയിൽ ബന്ധുക്കളെ വിവരം ധരിപ്പിക്കുകയും തുടർന്ന് ചികിത്സ എങ്ങനെ വേണമെന്ന് അറിയുകയും വേണം. വെന്റിലേറ്ററിൽ കിടത്തേണ്ട സാഹചര്യമുണ്ടായി. രാവിലെ 11 മണിയായിക്കാണും. കൂടിയാലോചിച്ചപ്പോൾ അതുവേണ്ട, ഓക്സിജൻ നൽകാമെന്ന് തീരുമാനിച്ചു. അതു പരാജയപ്പെട്ടാൽ വെന്റിലേറ്ററിലാക്കാം. അത്ഭുതമെന്നു പറയട്ടെ രണ്ടു മണിയായപ്പോൾ അദ്ദേഹത്തിന്റെ നില മെച്ചപ്പെട്ടു. അങ്ങനെ കുറേ ദിവസങ്ങൾ ആശുപത്രിയിൽ കഴിഞ്ഞെങ്കിലും പൂർണ്ണ ആരോഗ്യവാനായാണ് മടങ്ങിയത്. അദ്ദേഹം ആശുപത്രിയിൽ നിന്നിറങ്ങുമ്പോഴേക്കും ആശുപത്രി ജീവനക്കാരെല്ലാം അദ്ദേഹത്തിന്റെ സുഹൃത്തുക്കളായിരുന്നു. അതും മറ്റൊരു അത്ഭുതമാണ്. ഒരു നോട്ടംകൊണ്ടും ചിരികൊണ്ടും കരുണാകരൻ സാർ ആളുകളെ വശത്താക്കും. ഒരുവാക്കുപോലും സംസാരിക്കാതെ വ്യക്തിബന്ധം സ്ഥാപിക്കാൻ അദ്ദേഹത്തിനു കഴിഞ്ഞിരുന്നു. പരിചയമില്ലാത്ത വെല്ലൂർ ആശുപത്രിയിലും ഇതു സംഭവിച്ചു.

ആശുപത്രിവിട്ടെങ്കിലും 2009 നവംബറിനുശേഷം രണ്ടു മൂന്നു തവണയെങ്കിലും ഇൻഫെക്ഷനുണ്ടായി അനന്തപുരിയിൽ അദ്ദേഹത്തെ പ്രവേശിപ്പിച്ചിരുന്നു.

ഒരിക്കൽ ഡൽഹി എസ്കോർട്സിൽ നായനാരും ലീഡറും ഒന്നിച്ച് ചികിത്സയിൽ കഴിഞ്ഞതും പെട്ടെന്ന് ഓർമ്മവരുന്നു. നായനാരെയും ചികിത്സിക്കാനുള്ള ഭാഗ്യം എനിക്കുണ്ടായിരുന്നു രണ്ടാളും അടുത്തടുത്ത മുറികളിലായിരുന്നു. ഞാൻ എസ്കോർട്സിൽ പോയി രണ്ടാളെയും സന്ദർശിച്ചു. രണ്ടുപേരും രാഷ്ട്രീയത്തിൽ വ്യത്യസ്ത ധ്രുവങ്ങളിലായിരുന്നെങ്കിലും അടുത്ത സുഹൃത്തുക്കളായിരുന്നു. ഇരുവരും ആ ബന്ധം എന്നോട് തുറന്ന് പറഞ്ഞിട്ടുണ്ട്.

പരിശോധനയ്ക്ക് ശേഷം അൽപനേരം എന്നെ അടുത്തിരുത്തി സ്വകാര്യം പറയുന്ന ശീലം കരുണാകരൻ സാറിനുണ്ടായിരുന്നു. ആ സമയം മറ്റുള്ളവർ മാറിനിൽക്കേണ്ടിവരും. ഇത് എന്നെ വിഷമിപ്പിച്ചിരുന്നെങ്കിലും സാറിന്റെ ആവശ്യത്തിനു വഴങ്ങാതിരിക്കാൻ പറ്റില്ലായിരുന്നു. ഒരിക്കൽ എന്നോടു പറഞ്ഞു: “നമ്മൾ അടുത്തിരുന്നു സംസാരിക്കുന്ന ഈ അകലത്തിലാണ് ഞാൻ ഗുരുവായൂരപ്പനോട് സംസാരിക്കുന്നത്.”

ആ ദൃഢവിശ്വാസം എന്നെ അമ്പരപ്പിച്ചു. ആ ഭക്തിയായിരുന്നു അദ്ദേഹത്തിന് അത്ഭുതകരമായ രോഗശാന്തി നൽകിയിരുന്നതെന്നും എനിക്ക് ബോദ്ധ്യമായി.

ഒരിക്കലും സമയംതെറ്റി ആഹാരം കഴിച്ചിരുന്നില്ല അദ്ദേഹം. ആശുപത്രിക്കിടക്കയിലായാലും മാറ്റമില്ല. ധാരാളം പഴങ്ങൾ കഴിക്കുമായിരുന്നു. ഇത്തവണ മാത്രമാണ് ആശുപത്രിയിൽ ആഹാരം കൊടുക്കാനാവാത്ത സ്ഥിതി വന്നത്. മുമ്പെല്ലാതവണയും മൂന്നുനേരും വീട്ടിൽ നിന്ന് ഭക്ഷണം എത്തിയിരുന്നു. പേഴ്സണൽ കുക്കായിരുന്നു അവയെല്ലാം തയ്യാറാക്കിയിരുന്നത്.

തീരെ അവശനായി കിടക്കുമ്പോൾ ഒഴികെ ബാക്കി ദിവസങ്ങളിൽ കൃത്യമായി അരമണിക്കൂർ പ്രഭാത നടത്തം ഉണ്ടായിരുന്നു.

കൃത്യമായ ഭക്ഷണം, ദൃഢമായ ഭക്തി എന്നിവകൊണ്ടാകണം അദ്ദേഹത്തിന് ഷുഗറോ കൊളസ്ട്രോളോ പ്രഷറോ ഉണ്ടായിരുന്നില്ല. വൃക്കയും ഹൃദയവും പൂർണ്ണശേഷിയിലായിരുന്നു. ഏറ്റവും അവസാനകാലത്താണ് ചില മാറ്റങ്ങളുണ്ടായത്.

മരുന്നിനോട് കൃത്യമായ പ്രതികരണം കരുണാകരൻ സാറിൽ നിന്ന് ഡോക്ടർമാർക്ക് പ്രതീക്ഷിക്കാമായിരുന്നു. എല്ലാ മരുന്നിനോടുമുള്ള ഈ പ്രതികരണമാണ് അദ്ദേഹത്തെ എപ്പോഴും ഉയിർത്തെഴുന്നേൽപ്പിച്ചിരുന്നത്. ഡോക്ടർമാർ കൂട്ടായ ചർച്ച നടത്തി തീരുമാനമെടുത്ത് ചികിത്സിക്കണം എന്ന നിർബന്ധം അദ്ദേഹത്തിനുണ്ടായിരുന്നു.

ഏറ്റവും ഒടുവിലായി ഈ ഡിസംബർ 10ന് വെള്ളിയാഴ്ച അനന്തപുരിയിൽ അദ്ദേഹത്തെ അഡ്മിറ്റ്ചെയ്തത് യൂറിനറി ഇൻഫക്ഷനെത്തുടർന്നായിരുന്നു. ഇത്തവണ മരുന്നുകളോടുള്ള പ്രതികരണം മോശമായിരുന്നു. നൽകിയ ശക്തമായ ആന്റിബയോട്ടിക്കുകൾ മുമ്പും നൽകിയിട്ടുള്ളതാണ്. അദ്ദേഹത്തിന്റെ തന്നെ രോഗപ്രതിരോധശേഷി കുറഞ്ഞു കുറഞ്ഞു വരികയായിരുന്നു. ആന്റിബയോട്ടിക്കുകൾ മാറ്റി നൽകിയെങ്കിലും രക്തത്തിൽ ഓക്സിജന്റെ അളവ് താഴ്ന്നു. തുടർന്ന് നോൺഇൻവേസീവ് വെന്റിലേഷനിലാക്കി. അതും ഫലവത്താവാതെ വന്നപ്പോഴാണ് പൂർണ്ണമായി വെന്റിലേറ്ററിലേക്ക് മാറ്റിയത്. വെന്റിലേറ്ററിൽ കഴിഞ്ഞ് പുറത്തുവന്നശേഷം അദ്ദേഹം ആൾക്കാരെ തിരിച്ചറിയാനും പ്രതികരിക്കാനും തുടങ്ങിയിരുന്നു. എന്നാൽ തിങ്കളാഴ്ചയോടെ സ്ട്രോക്ക് ഉണ്ടായി. തലച്ചോറിലെ വലതുഭാഗത്തായിരുന്ന സ്ട്രോക്ക്. ഇതുമൂലം ഇടതു കൈയും കാലും അടക്കം ശരീരത്തിന്റെ ഇടതുഭാഗം നിശ്ചലമായി. മാത്രമല്ല ശരീരത്തിൽ ഓക്സിജന്റെ അളവ് കുറയുകയുമായിരുന്നു. വീണ്ടും വെന്റിലേറ്ററിൽ പ്രവേശിപ്പിക്കാനുള്ള തീരുമാനം

വളരെ ക്ലേശകരമായിരുന്നു. ആ തീരുമാനം ഫലവത്താകണമെന്നില്ലെന്ന് അറിയാമായിരുന്നു.

തുടർന്ന് മുരളിയെയും പത്മജയെയും ഡോ. വേണുഗോപാലിനെയും മറ്റു ബന്ധുക്കളെയും വിവരം ധരിപ്പിച്ചു; ചർച്ചനടത്തി. 'നമുക്ക് അങ്ങേയറ്റം ശ്രമിക്കാം ഡോക്ടറേ' എന്നാണ് അവരെല്ലാം പറഞ്ഞത്. രണ്ടാമതും വെന്റിലേറ്ററിലായ കരുണാകരൻ സാറിനെ വീണ്ടും സ്കാൻ ചെയ്തു. സ്ട്രോക്ക് മൂലം തലച്ചോറിലുണ്ടായ ആഘാതം വ്യക്തമായി. അതു പരിഹരിക്കാവുന്നതിനും അപ്പുറമായിരുന്നു. എങ്കിലും ശുഭാപ്തി വിശ്വാസത്തോടെയാണ് എല്ലാവരും മുന്നോട്ടു പോയത്. തലച്ചോറിലെ ആഘാതംമൂലം ശ്വാസകോശത്തിന്റെയും ഹൃദയത്തിന്റെയും നിയന്ത്രണം നഷ്ടപ്പെട്ടു. രക്തസമ്മർദ്ദം വളരെ കുറഞ്ഞു. രക്തസമ്മർദ്ദം സാധാരണ നിലയിലാക്കാൻ മരുന്നു നൽകി. മരുന്നില്ലെങ്കിൽ രക്തസമ്മർദ്ദം നോർമലാകില്ലെന്നായി സ്ഥിതി. ഡിസംബർ 23ന് വൈകീട്ട് അഞ്ചരയോടെ ദുഃഖകരമായ ആ വാർത്ത അറിയേണ്ടിവന്നു. ആ ഹൃദയം നിലച്ചു. മറ്റേതു അവയവം പ്രവർത്തനരഹിതമായാലും ഹൃദയം നിലയ്ക്കുന്നതോടെയാണ് മരണം സംഭവിക്കുന്നത്. മരണസമയത്ത് ഞാൻ അടുത്തുണ്ടായിരുന്നു.

ഡിസംബർ 23ന് എനിക്ക് നാലു പ്രധാന കേസുകളുണ്ടായിരുന്നു. നാലാമത്തെ രോഗിയെ നോക്കിയശേഷം ഞാൻ തിയേറ്ററിൽനിന്ന് നേരെ എത്തിയത് വിടപറയാനെന്നോണം കരുണാകരൻ സാറിന്റെ അടുത്തേക്കാണ്. അതും ഒരു ഭാഗ്യമാണല്ലോ.

ഇത്തവണ വളരെ ആശങ്കയിലാണ് കരുണാകരൻ സാർ വീടുവിട്ടിറങ്ങിയതെന്ന് പേഴ്സണൽ സ്റ്റാഫ് പറഞ്ഞിരുന്നു. ഇനി ഇങ്ങോട്ടില്ല എന്നു പറഞ്ഞിരുന്നത്രേ. അവസാനത്തെ ആഗ്രഹമായ ഗുരുവായൂർ ദർശനവും നിറവേറിയില്ല.

കരുണാകരൻ സാറിനെ മാത്രമല്ല അദ്ദേഹം നിർദ്ദേശിക്കുന്ന രോഗികളെയും ഞാൻ ദൂരെ ദിക്കിൽ പോയി കണ്ടു. 1986ൽ തൃശ്ശൂരിലുള്ള കരുണാകരൻ സാറിന്റെ രോഗിയെ കാണാൻ ഇവിടെനിന്ന് തിരിച്ചത് രാത്രി 9ന്. സാർ അയച്ച കാറിലാണ് യാത്ര. കുറെ ദൂരം സഞ്ചരിച്ചപ്പോൾ കാർ ഇഴയുന്നപോലെ തോന്നി നോക്കുമ്പോൾ ഡ്രൈവർ ഉറങ്ങുകയാണ്. ആകെ ക്ഷീണിതനായിരുന്നു പാവം ഡ്രൈവർ. എങ്കിലും എന്നെ ലക്ഷ്യസ്ഥാനത്ത് എത്തിച്ചു.

മറ്റൊരുസന്ദർഭത്തിൽ കടുത്ത ഹൃദ്രോഗംമൂലം ആശുപത്രിയിലായ തെന്നല ബാലകൃഷ്ണപിള്ളയെ കൊല്ലം നായേഴ്സിൽ ചെന്നു കാണാൻ കരുണാകരൻ സാർ അദ്ദേഹത്തിന്റെ കോണ്ടസ കാർ വിട്ടുതന്നു. ആ

കാർ സാറിന്റെ യാത്രയിലെന്നപോലെ പാഞ്ഞു. 40 മിനുട്ടുകൊണ്ട് കൊല്ലത്ത്! അന്ന് ടി.എച്ച്. മുസ്തഫയും കാറിലുണ്ടായിരുന്നു.

1992ൽ ഒരു ദിവസം മുഖ്യമന്ത്രിയുടെ ഓഫീസിൽ നിന്നൊരു ഫോൺ. ആശുപത്രികാര്യത്തിൽ ശുപാർശയാകും എന്നു കരുതി. അല്ല. മുഖ്യമന്ത്രിതന്നെയാണ് ഫോണിൽ. 'ഹാർട്ടി കൺഗ്രാജ്ജുലേഷൻസ്. ഐ സൈൻഡ് ഇറ്റ്!' എന്നെ കാർഡിയോളജി പ്രൊഫസറായി നിയമിച്ച ഉത്തരവിൽ മുഖ്യമന്ത്രി ഒപ്പുവെച്ച വിവരം നേരിട്ട് അറിയിച്ചതാണ്.

അദ്ദേഹം തന്ന മറക്കാനാവാത്ത ഒരു ഉപഹാരമുണ്ട്. ഗുരുവായൂരിൽ പൂജിച്ച ഒരു സ്വർണ്ണ മാലയാണ് എന്റെ മകളുടെ കല്യാണത്തിന് അദ്ദേഹം സമ്മാനമായി നൽകിയത്.

മൂന്നര പതിറ്റാണ്ടിനിടെ ഇനിയും എത്രയോ മുഹൂർത്തങ്ങൾ ഓർക്കാനുണ്ട്. ആ ഹൃദയത്തിന്റെ സ്പന്ദനം ഞാൻ ഇപ്പോഴും കേൾക്കുന്നു.

കരുണാകരൻ എന്ന വിസ്മയം

ഉമ്മൻ ചാണ്ടി

കെ. കരുണാകരൻ നടത്തിയ ഒരിടപെടൽ എന്റെ രാഷ്ട്രീയ ജീവിതത്തിൽ നിർണായകമായി. 1973ൽ ആയിരുന്നു അത്. കോൺഗ്രസ് സംഘടനാ തെരഞ്ഞെടുപ്പ് നടക്കുന്നു. കെ.പി. സി.സിയിലേക്ക് കോൺഗ്രസ് പാർലമെന്ററി പാർട്ടിയിൽനിന്ന് ഒൻപതുപേരെ തെരഞ്ഞെടുക്കേണ്ടതുണ്ട്. അതിന് മന്ത്രി ഡോ.കെ.ജി. അടിയോടിയുടെ വീട്ടിലായിരുന്നു യോഗം. കെ. കരുണാകരൻ അധ്യക്ഷൻ. കെ.പി.സി.സി. അധ്യക്ഷൻ എ.കെ. ആന്റണി യോഗത്തിൽ പങ്കെടുക്കുന്നു.

ഒൻപതിലേറെ പേരുകൾ ഉയർന്നുവന്നപ്പോൾ യോഗം നീണ്ടു. ലിസ്റ്റ് വെട്ടിച്ചുരുക്കി ഒൻപതാക്കാൻ ലീഡർ എന്നെയാണ് നിയോഗിച്ചത്. താരതമ്യേന ജൂനിയറായ ഞാൻ കയ്യും കാലുമൊക്കെ പിടിച്ച് ലിസ്റ്റ് പത്തിലെത്തിച്ചു. അതിൽ എന്റെ പേരും ഉണ്ടായിരുന്നു. എം.എൽ.എ എന്ന നിലയ്ക്ക് പാർലമെന്ററി പാർട്ടിയിൽ നിന്ന് കെ.പി.സി.സിയിൽ എത്താനാണ് ഞാൻ ആഗ്രഹിച്ചത്. പുതുപ്പള്ളി നിയോജക മണ്ഡലത്തിൽ നിന്ന് മറ്റൊരാൾക്ക് അവസരം കിട്ടാൻ വേണ്ടി ഞാൻ മാറിക്കൊടുത്തിരുന്നു. പക്ഷേ, എല്ലാവരും പോകാൻ തിടുക്കംകൂട്ടിയതോടെ എന്റെ പേരുവെട്ടി ഒൻപതു പേരുടെ ലിസ്റ്റ് ഞാൻ നല്കി.

തുടർന്ന് യോഗം ലിസ്റ്റ് അംഗീകരിക്കുകയും ഭക്ഷണം കഴിക്കാൻ പിരിയുകയും ചെയ്തു. ഇതിനിടയിലാണ് എന്റെ പേര് വെട്ടിയവിവരം ലീഡറുടെ ശ്രദ്ധയിൽപെട്ടത്. തുടർന്ന് ലീഡർ കോൺഗ്രസ് ഭരണഘടന പരിശോധിച്ചപ്പോൾ മൊത്തം കെ.പി.സി.സി. അംഗങ്ങളുടെ അഞ്ച്

ശതമാനമാണ് പാർലമെന്ററി പാർട്ടിക്ക് അർഹതപ്പെടുന്നതെന്നു കണ്ടെത്തി. ഇതനുസരിച്ച് 9.1 പേരെ നാമനിർദ്ദേശം ചെയ്യാം. എന്നെ ഉൾപ്പെടുത്താൻവേണ്ടി ലീഡർ ഒരു ന്യായവും കണ്ടെത്തി. ദശാംശം ഒരു ശതമാനം വന്നാൽപോലും അത് ഒന്നാകണമെന്നായിരുന്നു അത്.

ഒരിക്കൽക്കൂടി യോഗം ചേരണമെന്ന് ലീഡർ നിർദ്ദേശിക്കുകയും തന്റെ കണ്ടെത്തൽ അവരുടെ മുമ്പാകെ അദ്ദേഹം അവതരിപ്പിക്കുകയും ചെയ്തു. ഇതനുസരിച്ച് ഉമ്മൻചാണ്ടിയെ നാമനിർദേശം ചെയ്യുകയാണെന്ന് അദ്ദേഹം പ്രഖ്യാപിച്ചപ്പോൾ ആ വൈഭവത്തിനുമുന്നിൽ ഞാൻ വിസ്മയത്തോടെ നിന്നു.

സത്യത്തിൽ എന്തൊരു വിസ്മയകരമായ ജീവിതമാണ് അദ്ദേഹത്തിന്റേത്. ചെറുപ്പത്തിൽ മനസ്സുനിറയെ നിറങ്ങളായിരുന്നു. പതിനഞ്ചു വയസുള്ളപ്പോൾ ചിത്രരചനയിൽ പ്രാവീണ്യം തെളിയിച്ച കരുണാകരനെ പിന്നീടു കാണുന്നതു തൊഴിലാളി പ്രസ്ഥാനത്തിലാണ്. തട്ടിൽ എസ്റ്റേറ്റ് മാനേജർ വധക്കേസിൽ കരുണാകരനെ കുടുക്കാൻ നോക്കിയെങ്കിലും ബധിരയുടെ കള്ളസാക്ഷ്യം കോടതി തിരിച്ചറിഞ്ഞു. രാജൻ കേസും കണിയാപുരത്തെ കാറപകടവും അതിജീവിച്ചു. വെല്ലൂർ ആശുപത്രിയിൽ നിന്നും അദ്ദേഹം തിരിച്ചുവന്നു. അത്തരമൊരു അത്ഭുതം എല്ലാവരും ഇത്തവണയും പ്രതീക്ഷിച്ചിരുന്നു.

രാഷ്ട്രീയത്തിൽ കരുണാകരനെപ്പോലൊരു അത്ഭുതപ്രതിഭാസത്തെ കേരളം കണ്ടിട്ടില്ല. മുനിസിപ്പൽ കൗൺസിലിലേക്ക് 1945ൽ മത്സരിച്ചു ജയിച്ചുകൊണ്ടായിരുന്നു തുടക്കം. കൊച്ചി നിയമസഭയിലേക്കും തിരുകൊച്ചി നിയമസഭയിലേക്കും തെരഞ്ഞെടുക്കപ്പെട്ടു. കേരള സംസ്ഥാന രൂപീകരണത്തിനുശേഷം ആദ്യമായി നടന്ന 1957ലെ തെരഞ്ഞെടുപ്പിലും 96ൽ ലോക്സഭയിലേക്കു നടന്ന തെരഞ്ഞെടുപ്പിലും തോറ്റതൊഴിച്ചാൽ വിജയം എപ്പോഴും കരുണാകരനോടൊപ്പമായിരുന്നു. 65 മുതൽ 91 വരെ തുടർച്ചയായി എട്ടുതവണ മാളയിൽ നിന്നു ജയം. അങ്ങനെയാണ് അദ്ദേഹം മാളയുടെ മാണിക്യമായത്. മണ്ഡലം എങ്ങനെ നോക്കണമെന്ന് കരുണാകരനെ കണ്ടുപഠിക്കണം. പുതുതായി കൊണ്ടുവരുന്ന ഏതു സംരംഭത്തെയും മാളയിലാണ് ലീഡർ പരീക്ഷിച്ചത്. 67 മുതലാണ് കരുണാകരയുഗത്തിനു തുടക്കമിടുന്നത്. അതിനിടയിൽ അദ്ദേഹം ലീഡറായി മാറിക്കഴിഞ്ഞിരുന്നു. തൃശ്ശൂരിൽ ഒരു ചെറിയ യോഗത്തെ ഒരു യുവനേതാവ് അഭിസംബോധന ചെയ്തുകൊണ്ടിരുന്നപ്പോൾ ഒരു കേൾവിക്കാരൻ ചോദിച്ചു. ആരാണീ ലീഡറെന്ന്. അങ്ങനെയായിരുന്നത്രേ തുടക്കം.

67ലെ തെരഞ്ഞെടുപ്പിൽ ഇ.എം.എസിന്റെ സപ്തമുന്നണി വൻവിജയം കൊയ്തു. 133ൽ 113 സീറ്റും ഇടതുപക്ഷത്ത്. കോൺഗ്രസിന് വെറും ഒൻപത് സീറ്റ്. അലക്സാണ്ടർ പറമ്പിത്തറ എന്ന കോൺഗ്രസ് നേതാവിന്റെ പേരാണ് ആദ്യം പ്രതിപക്ഷ നേതൃസ്ഥാനത്തേക്ക് നിർദ്ദേശിച്ചിരുന്നത്. അദ്ദേഹം ഒഴിഞ്ഞുമാറിയതോടെ ലീഡർ പ്രതിപക്ഷ നേതാവായി. കണ്ണിലെ കൃഷ്ണമണിപോലെ മന്ത്രിയസഭയെ സംരക്ഷിക്കു മെന്നായിരുന്നു ഇ.എം.എസിന്റെ പ്രഖ്യാപനം. ഗോലിയാത്തിനെതിരെ ദാവീദ് പോരാടിയതുപോലെയായിരുന്നു ലീഡർ. നിയമസഭയിൽ പ്രസംഗിക്കാൻ പോലും ലീഡറെ ഭരണപക്ഷം അനുവദിക്കുമായിരുന്നില്ല. വാക്കൗട്ട് നടത്തുമ്പോൾ കൂകിവിളിക്കുമായിരുന്നു. ആഭ്യന്തരപ്രശ്നങ്ങൾമൂലം രണ്ടു വർഷംകൊണ്ട് കൃഷ്ണമണി വീണുടഞ്ഞു. കേരളത്തിലെ കാലാവസ്ഥയിൽ കണ്ണിൽ സുഖക്കേട് അപകടകരമാംവിധം സാധാരണമാണെന്നായിരുന്നു ലീഡറുടെ അപ്പോഴത്തെ കമന്റ്.

70ലെ തെരഞ്ഞെടുപ്പിൽ കോൺഗ്രസ് 32 സീറ്റ് നേടി ഏറ്റവും വലിയ കക്ഷിയായി. മൂന്നുവർഷത്തിനിടയിൽ 9ൽ നിന്ന് 32ലേക്ക് ഉണ്ടായ ആ കുതിപ്പിൽ ലീഡർ പ്രധാന പങ്കുവഹിച്ചു. യുവാക്കൾക്ക് ആ തെരഞ്ഞെടുപ്പിൽ നല്ല പ്രാമുഖ്യം ലഭിച്ചു. എ.കെ.ആന്റണി, എൻ. രാമകൃഷ്ണൻ, കൊട്ടറ ഗോപാലകൃഷ്ണൻ,. എ.സി. ഷൺമുഖദാസ് എന്നിവരോടൊപ്പം ഞാനും നിയമസഭയിലെത്തി. കരുണാകരനായിരുന്നു കോൺഗ്രസ് പാർലമെന്ററി പാർട്ടി ലീഡർ. പുതിയ അംഗങ്ങളോട് ലീഡർക്കു പ്രത്യേകം വാത്സല്യം ഉണ്ടായിരുന്നു. കാര്യങ്ങൾ പഠിക്കണമെന്നും നല്ല സാമാജികരാകണമെന്നുമൊക്കെ അദ്ദേഹം ഉപദേശിക്കുമായിരുന്നു. യുഡിഎഫ് സംവിധാനം 70 ലെ തെരഞ്ഞെടുപ്പിലാണ് നിലവിൽ വന്നത്. സി.പി.ഐയും ആർ.എസ്.പിയും അന്ന് ഈ മുന്നണിയിർ ഉണ്ടായിരുന്നു.

തുടർന്ന് അച്യുതമേനോന്റെ നേതൃത്വത്തിലുള്ള മന്ത്രിസഭ അധികാരമേറ്റു. ഭരണത്തിൽ പങ്കാളിയാകുന്നതിനെ യൂത്ത് കോൺഗ്രസ് എതിർത്തു. ആ മന്ത്രിസഭയ്ക്ക് മുന്നോട്ടുപോകണമെങ്കിൽ മന്ത്രിസഭയിൽ കോൺഗ്രസ് ചേരണമെന്ന കരുണാകരന്റെ പ്രായോഗിക രാഷ്ട്രീയം പിന്നീട് വിജയം കണ്ടു. കരുണാകരൻ ആഭ്യന്തര മന്ത്രിയായി. നക്സൽ പ്രസ്ഥാനം കേരളത്തിൽ ശക്തിപ്രാപിക്കുന്ന കാലഘട്ടം. നിരപരാധികളുടെവരെ തല അറക്കപ്പെട്ടു. പോലീസ് സ്റ്റേഷനുകൾ ആക്രമിക്കപ്പെട്ടു. അതു വസന്തത്തിന്റെ ഇടിമുഴക്കമാണെന്ന് വ്യാഖ്യാനിക്കപ്പെട്ടു. നക്സൽ പ്രസ്ഥാനത്തെ അടിച്ചൊതുക്കിയതാണ് കരുണാകരന്റെ ഏറ്റവും വലിയ സംഭാവനയെന്നു ഞാൻ വിശ്വസിക്കുന്നു. അദ്ദേഹം ഇല്ലായിരുന്നെങ്കിൽ കേരളത്തിൽ എത്ര രക്തപ്പുഴകൾ ഒഴുകുമായിരുന്നു?

അടിയന്തരാവസ്ഥയ്ക്കുശേഷം നടന്ന 77ലെ തെരഞ്ഞെടുപ്പിൽ കോൺഗ്രസ് ദേശീയവ്യാപകമായി തകർന്നടിഞ്ഞപ്പോൾ കേരളത്തിൽ അത്ഭുതം സംഭവിച്ചു. യുഡിഎഫിന് 111 സീറ്റ്. എങ്കിലും അടിയന്തരാവസ്ഥയുടെ മറവിൽ നടന്ന അതിക്രമങ്ങൾക്ക് പിന്നീട് കനത്തവില നല്കേണ്ടിവന്നു. 33 ദിവസം കഴിഞ്ഞപ്പോൾ രാജൻ കേസിൽ കെ. കരുണാകരനു മുഖ്യമന്ത്രിസ്ഥാനം രാജിവയ്ക്കേണ്ടി വന്നു. ഞാൻ ആ മന്ത്രിസഭയിൽ അംഗമായിരുന്നു. തൊഴിൽ വകുപ്പാണ് എനിക്കു ലഭിച്ചത്. തുടർന്ന് എ.കെ. ആന്റണി മുഖ്യമന്ത്രിയാകുകയും ഞാൻ തൊഴിൽ മന്ത്രിയായി തുടരുകയും ചെയ്തു. തൊഴിലില്ലായ്മ വേതനം നടപ്പാക്കിയത് ആ മന്ത്രിസഭയാണ്.

80ലെ തെരഞ്ഞെടുപ്പിൽ ഇടതുമുന്നണി ജയിച്ചെങ്കിലും 16 മാസത്തിൽ താഴെ മാത്രമേ മന്ത്രിസഭയ്ക്ക് ആയുസ്സുണ്ടായിരുന്നുള്ളൂ. കോൺഗ്രസ്-എ ഉൾപ്പെടെ 71 പേരുടെ പിന്തുണയുമായി 1981 ഡിസംബറിൽ കരുണാകരൻ രണ്ടാം വട്ടം മുഖ്യമന്ത്രിയായി. സ്പീക്കറുടെ കാസ്റ്റിംഗ് വോട്ടിൽ നിലനിന്ന ആ മന്ത്രിസഭയ്ക്ക് ആയുസ്സുണ്ടായിരുന്നില്ല. 82ലെ തെരഞ്ഞെടപ്പിൽ മികച്ച വിജയം കൈവരിച്ച് കെ.കരുണാകരൻ മൂന്നാം തവണ മുഖ്യമന്ത്രിയായി കാലാവധി പൂർത്തിയാക്കുന്ന ആദ്യത്തെ സർക്കാർ എന്ന ഖ്യാതിയും ലഭിച്ചു. 91 ൽ ലീഡർ നാലാം തവണ മുഖ്യമന്ത്രിയായി റിക്കാർഡിട്ടു. അദ്ദേഹം മൊത്തം പത്തുവർഷം കേരളത്തിൽ മുഖ്യമന്ത്രിയായിരുന്നു. ഇ.കെ. നായനാർ മൂന്നുതവണ മുഖ്യമന്ത്രിയായി 11 വർഷം കേരളത്തെ ഭരിച്ചിട്ടുണ്ട്.

91ൽ ഞാൻ അദ്ദേഹത്തിന്റെ മന്ത്രിസഭയിൽ ധനമന്ത്രിയായിരുന്നു. പ്രായോഗികതയും സ്പീഡും ഒത്തുചേർന്നപ്പോൾ ലീഡർ മികച്ച ഭരണാധിപനായി. ഭരണം ജനങ്ങൾക്കു പ്രയോജനം ചെയ്യാനുള്ളതാണെന്ന തിരിച്ചറിവ് അദ്ദേഹത്തിനുണ്ടായിരുന്നു. വികസന കാര്യങ്ങളിൽ പിന്നിൽ നില്ക്കുന്ന കേരളത്തിന് ലീഡറുടെ കാഴ്ചപ്പാട് ഏറെ പ്രയോജനം ചെയ്തു. നെടുമ്പാശ്ശേരി വിമാനത്താവളം ശൂന്യതയിൽ നിന്ന് അദ്ദേഹം സൃഷ്ടിച്ചെടുത്തു. കൊച്ചി ഗോശ്രീ പാലം, കലൂർ ഇന്റർനാഷണൽ സ്റ്റേഡിയം തുടങ്ങിയവ യാഥാർത്ഥ്യമാക്കി. ഇടതുപക്ഷം ശക്തമായ എതിർപ്പുമായി രംഗത്തുവരുകയും പിന്നീട് അവർതന്നെ വാരിപ്പുണരുകയും ചെയ്ത എത്രയോ പദ്ധതികൾ കരുണാകരൻ നടപ്പാക്കി.

തൊണ്ണൂറുകളിൽ ലീഡർ ദേശീയ രാഷ്ട്രീയത്തിൽ തിളങ്ങി നിന്നു. അതിനുമുമ്പ് ഇന്ദിരാജിയുടെയും രാജീവ്ജിയുടെയും വിശ്വസ്തനായി നിലകൊണ്ടു. രാജീവ്ഗാന്ധിയുടെ വധത്തെ തുടർന്നുണ്ടായ അനിശ്ചിതത്വത്തിൽ നിന്ന് കോൺഗ്രസിനെ പടുത്തുയർത്തുന്നതിൽ നിർണായക

പങ്കുവഹിക്കുകയും പി.വി. നരസിംഹറാവു പ്രധാനമന്ത്രിയാവുകയും ചെയ്തു. 95ൽ ആ മന്ത്രിസഭയിൽ വ്യവസായ വകുപ്പിന്റെ ചുമതലയേറ്റു. മൂന്നു തവണ രാജ്യസഭയിലും രണ്ടുതവണ ലോക്സഭയിലും അംഗമായിരുന്നു. കോൺഗ്രസ് വർക്കിംഗ് കമ്മിറ്റിയിൽ ദീർഘകാലം അംഗമായിരുന്നു. ദേശീയ രാഷ്ട്രീയത്തിനു കേരളം നല്കിയ സംഭാവനയാണു കെ.കരുണാകരൻ.

അനുയായികളെ സ്നേഹം കൊണ്ടു വീർപ്പുമുട്ടിച്ചും പ്രവർത്തകരെ അംഗീകരിച്ചുമാണ് കെ.കരുണാകരൻ കേരളം കണ്ട ഏറ്റവും വലിയ ജനകീയനേതാവായി മാറിയത്. ആശ്രിതവത്സലൻ എന്ന പേരിൽ അദ്ദേഹം അഭിമാനംകൊണ്ടതേയുള്ളൂ. കെ.പി.സി.സി. ഓഫീസിലും ദർബാർ ഹാളിലും നടന്ന പൊതുദർശനത്തിലും തുടർന്നു തൃശ്ശൂരിലേക്കു നടന്ന വിലാപയാത്രയിലും ജനലക്ഷങ്ങൾ അണിനിരന്നാണ് ലീഡർക്കു യാത്രാമൊഴി നല്കിയത്.

അവർക്കൊക്കെ ഓർമയിൽ സൂക്ഷിക്കാൻ ഒരു കണ്ണിറുക്കോ സ്നേഹസ്പർശമോ കാണുമായിരിക്കും. കോൺഗ്രസിനും സംസ്ഥാനത്തിനും ഓർമയിൽ സൂക്ഷിക്കാൻ അദ്ദേഹത്തിന്റെ വിലപ്പെട്ട സംഭാവനകളുമുണ്ട്.

മരണത്തിന്റെ ഗുരു

ഡി. ബാബുപോൾ

എഴുപതുകാരനായ എനിക്ക് അറുപതു കൊല്ലമായി ലീഡറെ അറിയാം എന്ന പ്രസ്താവന ടിപ്പണി തേടുന്നതാണ്. ആദ്യം അത് പറയാം.

അമ്പതുകളുടെ ആദ്യപാതി. കുന്നത്തുനാട് താലൂക്ക് തൃശ്ശൂർ ജില്ലയുടെ ഭാഗമായിരുന്ന അന്ന്. കെ. കരുണാകരൻ ഡി.സി.സി തലത്തിലെ നേതാവ്. പനമ്പിള്ളിയിൽ കുറഞ്ഞ നേതാക്കന്മാർക്കൊന്നും കാർ അനു വദിച്ചിട്ടില്ല ! ബസ്സിലാണ് യാത്ര. ബസുകൾ കുറവ്. കാലടിയിൽ പാലം ഇല്ല. പെരുമ്പാവൂരിലും മറ്റും വൈകീട്ട് വല്ല യോഗത്തിനും വന്നാൽ പിറ്റേന്ന് രാവിലെ മാത്രമേ മടങ്ങാനൊക്കൂ. നാട്ടിലെ ഏതെങ്കിലും മാന്യ ന്മാരുടെ ഭവനത്തിൽ അന്തിയുറങ്ങും. പെരുമ്പാവൂരിനടത്ത് ഡോക്ടർ കെ.എം. ചാക്കോ (പിൽക്കാലത്ത് അദ്ദേഹം എംഎൽഎയുമായി), ഇട്ടിക്കുര്യൻ വക്കീൽ (യു.ഡി.എഫ് കൺവീനർ പി.പി. തങ്കച്ചന്റെ പിതൃസഹോദരൻ) എന്നിവരുടെ വീടുകളിലോ ഞങ്ങളുടെ വീട്ടിലോ ആവും അത് പലപ്പോഴും.

കരുണാകരനെ ആദ്യം കണ്ടസായാഹ്നം മനസ്സിൽ മായാതെയുണ്ട് ഇപ്പോഴും. പ്രസംഗം ഒന്നുമല്ല ഓർമ്മയിൽ. പ്രസംഗിക്കുന്ന കരുണാക രനെ അലോസരപ്പെടുത്തിയ പ്രാണികളുമായി യുദ്ധംചെയ്തു പ്രസംഗി ക്കുന്ന നേതാവിന്റേതാണ് ചിത്രം. വലിയ രണ്ടു പെട്രോമാക്സ് വിളക്കു കളായിരുന്നു ആ ഗ്രാമീണസന്ധ്യയിൽ പ്രാണികളെ ആകർഷിച്ചത്. ആലുവയിൽ നിന്നോ പെരുമ്പാവൂരിൽ നിന്നുതന്നെയോ വാടകയ്ക്കെ ടുത്ത ഉച്ചഭാഷിണി. മനസ്സിലെ ചിത്രത്തിൽ കരുണാകരന്റെ ഒരു കൈ മൈക്കിന്റെ തണ്ടിലും മറ്റേത് ജുബയ്ക്കകത്ത് കുടുങ്ങിയ പ്രാണികളെ

തേടുന്ന തിരക്കിലുമാണ്. അന്ന് എനിക്ക് പത്തുവയസാണ്. ആ രാത്രി നേതാവ് ഞങ്ങളുടെ വീട്ടിലാണ് കഞ്ഞി കുടിച്ചത്. എന്റെ കട്ടിലിലിലാണ് ഉറങ്ങിയത്. ഞാനും അനിയൻ റോയ് പോളും നിലത്ത് നേരപ്പായ വിരിച്ചു കിടന്നു.

പിന്നെപ്പിന്നെ ബാല്യകാലസ്മരണകളുടെ മേൽ കാലം കരിമ്പടം വിരിച്ചപ്പോൾ കരുണാകരന്റെ ചിത്രം എന്റെ ലോകത്തിന് അന്യമായി. പി.എ.സി. അദ്ധ്യക്ഷനായ കരുണാകരനെയാണ് പിന്നെ അറിഞ്ഞത്. അന്ന് ഞാൻ ഒരു പയ്യൻ ഡെപ്യൂട്ടി സെക്രട്ടറി. പി.കെ. അബ്ദുല്ലയാണ് സെക്രട്ടറി.

സെക്രട്ടറിയുടെ ഫയലിന്റെ വാററഴിക്കാൻ ഒപ്പം കൂട്ടിയതാണ് ഡിപ്പിടിയെ. പഴയ നിയമസഭാഹോൾ. നിയമസഭാ സെക്രട്ടറിയുടെ കസേരയിൽ ചെയർമാൻ. പിന്നെ എ.ജി.യും കിങ്കരന്മാരും. മന്ത്രിമാരുടെയും എം.എൽ.എമാരുടെയും കസേരകളിൽ ഉദ്യോഗസ്ഥവൃന്ദം . (അംഗങ്ങൾക്ക് സിഗരറ്റ് വലിക്കാനും കുടിയും കുടിയും ഒരുക്കാനുമായി ഇത്തരം യോഗങ്ങൾ ഡർബാർ ഹാളിലേക്ക് മാറ്റിയത് പിന്നെ വന്ന പരിഷ്കാരമായിരുന്നു.) കൊടുങ്ങല്ലൂർക്കാരനായ അബ്ദുല്ലസാഹിബും തൃശ്ശൂർക്കാരനായ ലീഡറും തമ്മിലുണ്ടായിരുന്ന രസതന്ത്രം ആ യോഗത്തിന് സമവാക്യങ്ങൾ കുറിച്ചു.

പഴയ പരിചയമൊന്നും ഓർമ്മയിലുണ്ടായിരുന്നില്ല. അത് പുനർജനിച്ചത് ലീഡർ മന്ത്രിയായതിനു ശേഷമാണ്. ആഭ്യന്തരമന്ത്രി നാട്ടിൻപുറത്തെ ഞങ്ങളുടെ വീട്ടിൽ ചെന്നത് അതിനടുത്ത് ഏതോ പരിപാടിക്ക് എത്തിയപ്പോഴാണ്. പഴയ ആതിഥേയന്റെ മകൻ ഇടുക്കിയിൽ കളക്ടറാണെന്ന് ലീഡർ അറിഞ്ഞത് അന്നാണ്. വിശേഷം ഞാനറിഞ്ഞത് വീട്ടിൽ നിന്നു പുറപ്പെട്ട അടുത്തകത്തിലും. അന്ന് അവിടെയൊന്നും ഫോണില്ല. അച്ഛന്റെ സുദീർഘങ്ങളായ കത്തുകളായിരുന്നു മുഖ്യവാർത്താവിനിമയോപാധി.

അച്യുതമേനോന്റെയും എമ്മെന്റെയും വാത്സല്യഭാജനമായിരുന്നു ഞാൻ. കരുണാകരന്റെ ഉപഗ്രഹങ്ങളായി വിലസിയിരുന്ന ജില്ലാ നേതൃത്വവുമായി എന്റെ ബന്ധം സുഖകരമായിരുന്നില്ലതാനും. ലീഡറുടെ വാത്സല്യമാണ് അന്ന് എനിക്കുചുറ്റും സുരക്ഷയുടെ വൻമതിൽ തീർത്തത്. ലീഡറുടെ അടുപ്പക്കാരനായിരുന്ന മന്ത്രി അടിയോടിയുമായി കൊമ്പുകോർത്തപ്പോഴും ലീഡർ ഇടപെട്ടില്ല. ഒട്ടാകെ അഞ്ചു സംവത്സരങ്ങളാണ് ഞാൻ ജില്ല ഭരിച്ചത്. അതിന്റെ പാലക്കാട് കാണ്ഡം ഒഴികെയുള്ള കാലത്ത് ലീഡർ ഒരു ഇൻഷ്വറൻസ് പോളിസിയായിരുന്നു എന്ന് ഇപ്പോൾ ഞാൻ നിറകണ്ണുകളോടെ കുറിച്ചുകൊള്ളട്ടെ.

എൽഐസിക്കാർ തരുന്ന സർവൈവൽ ബെനിഫിറ്റ്പോലെ ലീഡറുടെ നരസിംഹാവതാരം ഹിരണ്യകശിപുക്കളിൽ നിന്ന് രണ്ടു തവണ എന്നെ രക്ഷിച്ചിട്ടുണ്ട്.

1977ൽ ലീഡർ മുഖ്യമന്ത്രിയായി. അന്ന് ടൈറ്റാനിയത്തിന്റെ ലാഭവിഹിതം നേരിട്ട് ഏൽപ്പിക്കാൻ മൻമോഹൻ കൊട്ടാരത്തിൽ പോയത് ഓർക്കുന്നു. രാജൻ കേസ് വിധി വന്ന സായാഹ്നത്തിലും തികച്ചും യാദൃച്ഛികമായി ഒപ്പമുണ്ടായിരുന്നു കുറെ നേരം. ചെഷയർ ഹോമിന്റെ ശിലാസ്ഥാപനം നടക്കുന്ന സായാഹ്നം. "രാജിവെയ്ക്കണോ മിസ്റ്റർ മാത്യു?" എന്ന് മനോരമയിലെ മാത്തുക്കുട്ടിച്ചായനോടും ആർച്ച് ബിഷപ്പ് ബനഡിക്ട് മാർഗ്ര ഗോറിയോസിനോടും ലീഡർ ചോദിക്കുമ്പോൾ ചെഷയർ ഹോമിന്റെ സ്ഥാപകപിതാക്കന്മാരിലൊരാളായ ഞാൻ അടുത്തുണ്ടായിരുന്നു. ആ കഥ 'പട്ടം മുതൽ ഉമ്മൻചാണ്ടി വരെ' എന്ന കൃതിയിൽ രേഖപ്പെടുത്തിയിട്ടുണ്ട്. മാത്തുക്കുട്ടിച്ചായനും തിരുമേനിയും - രണ്ടുപേരും - "ഉണ്ടയിട്ടു" അഥവാ ഉരുണ്ടുകളിച്ചു എന്നാണോർമ്മ.

ലീഡറുടെ വനവാസകാലത്ത് ചുറ്റിപ്പറക്കാൻ ഈച്ചപോലും ഇല്ലാതിരുന്ന കുറെ നാളുകൾ ഉണ്ടായിരുന്നു. അന്ന് രണ്ട് ഐ.എ.എസ്സുകാർ മാത്രമായിരുന്ന ലീഡറെ കാണാൻ ധൈര്യപ്പെട്ടിരുന്നത്. ആർ രാമചന്ദ്രൻ നായരും ഞാനും. ശ്രീരാമന്റെ വനവാസകാലത്തെ ഗ്രഹനിലയായിരുന്നു ലീഡർക്ക് അന്ന്. മുഖ്യമന്ത്രി ആകുമെങ്കിലും പഴയ വകുപ്പിന്റെ ബാക്കി പത്രമായി രാജിയും വേഗം തന്നെ വേണ്ടിവരുമെന്ന് മിത്രൻ തിരുമേനിയോ മറ്റേതോ ജ്യോത്സ്യനോ പറഞ്ഞിരുന്നുവത്രെ.

പിന്നെ ഇന്ദിര തിരിച്ചുവന്നു. ഒമ്പതുപേരുടെ നേതാവിൽനിന്ന് കരുത്തനായ ആഭ്യന്തരമന്ത്രിയായി വളർന്ന കരുണാകരന് വീണ്ടും തിരക്കായി. 1982ൽ അദ്ദേഹം മുഖ്യമന്ത്രിയായപ്പോൾ എന്നെ ഫിനാൻസ് സെക്രട്ടറിയാക്കി. അമ്മ മരിച്ചതിനെത്തുടർന്ന് ഏകാകിയായ അച്ഛന്റെയടുത്ത് കാലം പോക്കാൻ ഞാൻ കൊച്ചിയിലേക്ക് മാറി. തിരിച്ചെത്തുമ്പോൾ നായനാരായിരുന്നു മുഖ്യമന്ത്രി. അതിനിടെ ചില അല്പമനസ്കരുടെ കർണ്ണജപം രാമചന്ദ്രൻനായരെയും എന്നെയും പുറത്താക്കിയിരുന്നു. പിന്നെ ഒരിക്കലും ആ ബന്ധം പഴയപടിയായില്ല. എന്റെ കാര്യത്തിൽ എങ്കിലും. 1995ൽ ഒരു രാഷ്ട്രീയ ദൗത്യം എന്നെ ഏൽപ്പിച്ചതും അത് നിർവ്വഹിക്കാൻ ഞാൻ അശക്തനായതും രാജിവച്ച മുഖ്യമന്ത്രിയെ യാത്രപറയാൻ കണ്ടപ്പോൾ ആ കണ്ണുകൾ നിറഞ്ഞതുമൊക്കെ ഇതെഴുതുമ്പോൾ മനസ്സിലുണ്ട്.

ചില കാര്യങ്ങളിൽ കരുണാകരൻ എന്നും ശിശുവായിരുന്നു. എന്റെ പൗത്രിക്ക് പത്തുവയസ്സായി. കാണുമ്പോഴൊക്കെ അപ്പൂപ്പന്റെ ചക്കര അവളാണെന്ന് ആവർത്തിച്ചില്ലെങ്കിൽ ഞാൻ പിണങ്ങി എന്നാണ് അവളുടെ വിചാരം. കരുണാകരനും അങ്ങനെയായിരുന്നു. ഇടയ്ക്കിടെ മുഖം കാണിക്കുകയും മുഖസ്തുതി പറയുകയും വേണം! ഇല്ലെന്നുവെച്ച് ഉപദ്രവിക്കയൊന്നുമില്ല. എങ്കിലും, പിന്നെകാണുമ്പോൾ മുഖം വീർപ്പിച്ച് "ഞാൻ കട്ടീസ്" എന്നു പറയുന്ന ബാലികയുടെ മാതിരി ഇരുന്നുകളയും.

രാഷ്ട്രീയത്തിൽ നർമ്മബോധത്തെക്കാൾ പ്രായോഗിക ബുദ്ധിയായിരുന്നു കരുണാകരനെ നയിച്ചിരുന്നതെന്ന് ചിലർ പറയാറുണ്ട്. എനിക്കറിഞ്ഞുകൂടാ. ഗുരുവായ പനമ്പിള്ളിയുടെയും അടുത്തറിഞ്ഞിരിക്കാനിടയില്ലാത്ത കുമ്പളത്ത് ശങ്കുപ്പിള്ളയുടെയും ചില പ്രത്യേകതകൾ ഒരേസമയം കരുണാകരനിൽ വിളങ്ങി. ഇവിടെ കളിച്ചാൽ എവിടെ ഗോൾവീഴും എന്നറിയുന്നതിൽ എമ്മെനും ടീവിക്കും ബേബിജോണിനും ഒപ്പം നിൽക്കാൻ പോന്നയാളുമായിരുന്നു ലീഡർ.

എന്നിട്ടെന്തേ ഒടുവിലിങ്ങനെ എന്നു ചോദിക്കാം. വിധിവിഹതമേവനും ലംഘിച്ചുകൂടുമോ എന്നാണ് മറുചോദ്യം. ഗോർബച്ചേവ് പള്ളിക്കൂടത്തിൽ പഠിക്കുമ്പോൾ ആ ദർശനം കണ്ടെത്തിയ ടി.വി. തോമസും 1957ൽ കമ്മ്യൂണിസ്റ്റ് പാർട്ടിയെ അധികാരത്തിലെത്തിച്ച തന്ത്രങ്ങളുടെ ശില്പിയായ എമ്മെനും കരുണാകരൻ ഒപ്പിച്ചെടുത്ത ബദലിനെ ദീർഘകാലം താങ്ങിനിർത്തിയ കിസിഞ്ജറായിരുന്ന ബേബിജോണും ഈ മറുചോദ്യം കേട്ട് തലകുലുക്കുന്നത് ഇപ്പോൾ കാണുന്നു ഞാൻ. അവരുടെയൊക്കെ അന്ത്യവും അവരുടെ പ്രതാപകാലത്ത് പ്രതീക്ഷിക്കാമായിരുന്ന മട്ടിൽ ആയിരുന്നില്ലല്ലോ.

കേരളത്തിലെ കോൺഗ്രസ്സ് മൂല്യബോധത്തിനുണ്ടായ അപചയം കരുണാകരസൃഷ്ടമായിരുന്നു എന്നു പറയുന്നത് അർദ്ധസത്യം മാത്രമാണ്. നെഹ്റുവിയൻ മൂല്യസങ്കല്പങ്ങൾ തിരുശേഷിപ്പുകളായി വണങ്ങാനല്ലാതെ തിരുപ്രസാദമായി ആഗിരണം ചെയ്ത് സ്വാംശീകരിക്കാനുള്ളവയല്ലെന്ന് ദേശീയതലത്തിൽ കോൺഗ്രസ് തിരിച്ചറിഞ്ഞത് കേരളത്തിൽ പ്രയോഗത്തിൽ കൊണ്ടുവന്നത് കരുണാകരനായിരുന്നു എന്നതാണ് സത്യം. കെ.സി. എബ്രഹാം മാസ്റ്ററും, സി.കെ. ഗോവിന്ദൻ നായരും അന്ധാളിച്ചുപോകുന്നതരം ചാണക്യതന്ത്രമാണ് ഇഎംഎസ് 1967ൽ പയറ്റിയത്. അതേ നാണയത്തിൽ തിരിച്ചടിക്കാൻ പറമ്പിത്തറ മാസ്റ്റർക്ക് കഴിയുമായിരുന്നില്ല. കരുണാകരനെ വിധി ഏൽപ്പിച്ച ചരിത്രദൗത്യം അതായിരുന്നു. ഇഎംഎസിനില്ലാത്ത ആദർശം കരുണാകരനിൽ കാണാത്തത് പോരായ്മയാവുന്നതെങ്ങനെ? കാലം മാറി.

കോലവും മാറി. എബ്രഹാം മാസ്റ്റർക്ക് ഈ മെയ് വഴക്കം ഉണ്ടായിരുന്നെങ്കിൽ ഇഎംഎസിന്റെ രണ്ടാമൂഴത്തിന് നേരെ ചോദ്യചിഹ്നം വരയ്ക്കേണ്ടി വരുമായിരുന്നു എന്ന് ആനുഷംഗികമായി നിരീക്ഷിക്കാതെയും വയ്യ.

കേരളത്തിൽ കോൺഗ്രസിനെ നിർണ്ണായകശക്തിയാക്കി തിരിച്ചു കൊണ്ടുവന്നതിൽ കരുണാകരനുള്ള പങ്ക് ആരും നിഷേധിക്കുമെന്ന് തോന്നുന്നില്ല. അദ്ദേഹത്തെ എതിർത്തുകൊണ്ടാണെങ്കിലും കോൺഗ്രസിൽ ആദർശ സുരഭിലതയുടെ ഇതളുകൾ സചേതനമായി സംഭരിച്ച ആന്റണി-ഉമ്മൻചാണ്ടി നേതൃത്വത്തിനും ഇക്കാര്യത്തിൽ തുല്യമായ പങ്കുണ്ട്. എന്നു മാത്രമല്ല, കഴിഞ്ഞ പത്തുപതിനഞ്ചുകൊല്ലമായി കോൺഗ്രസിന്റെ സ്വീകാര്യതയും ജനസമ്മതിയും നിർവ്വചിക്കുന്നത് അവരാണുതാനും. എന്നാൽ ഉയരങ്ങളിൽനിന്ന് നീന്തൽക്കുളത്തിലേക്ക് എടുത്തുചാടാൻ ഒരു ബോർഡ് വേണമല്ലോ. കരുണാകരൻ അജണ്ട നിശ്ചയിച്ച ആ കാൽനൂറ്റാണ്ട് (1970-95) ആണ് ആ തറ ഒരുക്കിയത്. ആ തറ സജ്ജമായിരുന്നതിനാലാണ് കോൺഗ്രസിന് പിടിച്ചുനിൽക്കാനായത്. ഒമ്പതിലൊതുങ്ങിയ പ്രസ്ഥാനത്തെ പതിനെട്ടാം പടിയിലെത്തിക്കാൻ ഒരു കരുണാകരൻ ഉണ്ടായതിനാലാണ്, വ്യക്തി എന്ന നിലയിൽ കരുണാകരൻ അവഗണിക്കപ്പെടുകയും അപമാനിക്കപ്പെടുകയുമൊക്കെ ചെയ്തപ്പോഴും പ്രസ്ഥാനം എന്ന നിലയിൽ കോൺഗ്രസിന് സന്നിധാനത്ത് തുടരാൻ കഴിയുന്നത്. അതായത് വ്യക്തിതലത്തിൽ വിധിക്ക് കീഴടങ്ങാൻ കരുണാകരൻ നിർബന്ധിതനായപ്പോഴും താൻ വളർത്തിയ പ്രസ്ഥാനത്തെ തന്റെ ജാതകദോഷം ബാധിച്ചില്ല. അത് കത്തോലിക്കാസഭയിലും മാർക്സിസ്റ്റ് പാർട്ടിയിലും സ്വാഭാവികമാണെങ്കിലും കോൺഗ്രസിൽ അനതിസാധാരണമായ ഒരു അവസ്ഥയാണെന്ന് തിരിച്ചറിയുമ്പോഴാണ് കരുണാകരന്റെ സേവനത്തിന്റെ യഥാർത്ഥ മഹത്വം വ്യക്തമാകുന്നത്.

ആജ്ഞാശക്തിയുള്ള ഭരണാധികാരി. ആശ്രിതവത്സലനായ ഗുരുവായൂരപ്പന്റെ ആശ്രിതവത്സലനായ ഭക്തൻ. ക്രാന്തദർശിയായ രാഷ്ട്രീയ നേതാവ്, ഒടുവിൽ ശരശയ്യയിലായ ഭീഷ്മാചാര്യർ. പനമ്പിള്ളിയെക്കാൾ വളർന്ന പനമ്പിള്ളി ശിഷ്യൻ, സെബസ്ത്യാനോസ് പുണ്യവാളനെപ്പോലെ മരിച്ചാലും മരിക്കാതെ മടങ്ങിവന്ന് മനസ്സുള്ളപ്പോൾ മാത്രം മരിക്കാൻ മനസ്സുകാട്ടുന്ന മഹാവ്യക്തിത്വം. പറഞ്ഞാലൊടുങ്ങാത്ത മുഖങ്ങൾ, ഓർത്തെടുത്താലൊടുങ്ങാത്ത ഓർമ്മകൾ.

നിക്സൺ മരിച്ചപ്പോൾ സെനറ്റിലെ സഭാനേതാവ് റോബർട്ട് ഡോൾ പറഞ്ഞത് വിവർത്തനത്തിന് തുനിയാതെ ഉദ്ധരിക്കട്ടെ ഞാൻ.

'To tens of millions of his country men he was a hero who shared and honoured their belief in workng hard, worshipping God, loving their families and saluting their flag. He called them the silent majority. Like them he valued accomplishment more than ideology.... a great patriot who never gave up and who never gave in. Strong, brave, unafride of controversy, unyielding in his convictions, living every day of his life to the hilt, the largest figure of our time whose influence will be timeless".

ഒരു വിജയവും കരുണാകരന് പൂർണ്ണസംതൃപ്തി നൽകിയില്ല. ഒരു പരാജയവും ആ മനസ്സ് മടുപ്പിച്ചതുമില്ല. പരിശ്രമിച്ച് പരാജയപ്പെടുന്നതാണ് പരാജയം ഭയന്ന് പരിശ്രമം ഉപേക്ഷിക്കുന്നതിനേക്കാൾ ശ്രേഷ്ഠമെന്ന് അദ്ദേഹം തിരിച്ചറിഞ്ഞു. മരിക്കുമെന്നോർത്ത് മരണത്തിന് കീഴടങ്ങാതെ മരണത്തെ മര്യാദ പഠിപ്പിക്കാൻ മനസ്സുറപ്പിച്ച മനുഷ്യനായിരുന്നു ലീഡർ; ഒടുവിൽ കീഴ്പ്പെടുത്തിയെങ്കിലും മരണവും മാനിക്കുന്ന ശത്രു. തനിക്ക് മരണമില്ലെന്ന് മരണത്തെ പഠിപ്പിക്കുന്ന ഗുരു.

കേരള രാഷ്ട്രീയത്തിലെ സവ്യസാചി

ബെന്നി ബെഹനാൻ

95 വർഷത്തെ ജീവിതവും മുക്കാൽ നൂറ്റാണ്ട് കാലത്തെ രാഷ്ട്രീയസപര്യയും കൊണ്ട് അരനൂറ്റാണ്ട് കാലത്തെ കേരള രാഷ്ട്രീയത്തെ സ്വകീയവും സ്വകേന്ദ്രീകൃതമാക്കുകയും ചെയ്ത സവ്യസാചിയായ രാഷ്ട്രീയ നേതാവായിരുന്നു കെ.കരുണാകരൻ.

മുറതെറ്റാത്ത ഉദയാസ്തമയങ്ങൾ പോലെ കെ.കരുണാകരന്റെ വാക്കുകൾക്കും വിളികൾക്കും പിന്നാലെ കേരളം സഞ്ചരിച്ചിരുന്ന നാളുകളുണ്ടായിരുന്നു. ആ നാളുകളിൽ കൈവരിച്ച സർവാധികാരം അദ്ദേഹത്തെ സർവാദരവിന്റെ സംബോധനായ ലീഡർ പദവിയിലെത്തിച്ചു. സാഹിത്യത്തിൽ വള്ളത്തോൾ കളരിയെ ദർശിക്കുംപോലെ കേരള രാഷ്ട്രീയത്തിൽ ഒരു പുത്തൻ രീതിശാസ്ത്രം നിർമ്മിച്ച ശൈലി കർത്താവായിരുന്നു അദ്ദേഹം. സി.കെ. ഗോവിന്ദൻ നായരുടെയും പനമ്പിള്ളി ഗോവിന്ദമേനോന്റെയും രാഷ്ട്രീയ പള്ളിക്കൂടത്തിലാണ് ലീഡർ രാഷ്ട്രീയവിദ്യ അഭ്യസിച്ചതെങ്കിലും ഏറെ മുതിരും മുമ്പെ തന്റെ രാഷ്ട്രീയത്തിനുതകുന്ന ലിപികളും വ്യാകരണങ്ങളും അദ്ദേഹം സൃഷ്ടിച്ചു.

ഏറെ കഴിയും മുമ്പെ കരുണാകരന്റെ രീതിശാസ്ത്രം കോൺഗ്രസിന്റേതായി. പിന്നെ കേരളത്തിന്റെയും.

വ്യാഖ്യാനങ്ങൾക്ക് പിടികൊടുക്കാത്ത ഒരു ബൃഹദ് ആഖ്യാനമാണ് കരുണാകരന്റെ കർമകാണ്ഡം. സാമദാനഭേദ ദണ്ഡനങ്ങൾ സ്ഥായീഭാവമായ ഈ കർമ്മകാണ്ഡത്തിന് കരുണയുണ്ട്, വാത്സല്യമുണ്ട്, പ്രത്യാക്രമണോത്സുകതയുണ്ട്. അതുകൊണ്ട് തന്നെയാണ് പൂച്ചെണ്ടും

കല്ലേറും ഒരേ ഭാവത്തിൽ അദ്ദേഹത്തിന് സ്വീകരിക്കേണ്ടി വന്നത്.

പ്രചണ്ഡമായ പ്രചരണങ്ങൾ കൊണ്ട് ആധുനിക കേരളത്തിന്റെ ശിൽപിയായി ആഘോഷിക്കപ്പെടുന്നത് മറ്റൊരു മുഖ്യമന്ത്രിയുടെ നാമമാണെങ്കിലും യഥാർത്ഥത്തിൽ കേരള വികസനത്തിന്റെ ശിൽപി കെ.കരുണാകരനാണ്.

ഒരു വാട്ടർടാപ്പോ ട്രാൻസ്ഫോർമറോ സ്ഥാപിച്ച് 'വികസന നായകൻ' ചമയുന്ന സമകാലിക ഭരണാധികാരികളിൽ നിന്നും എത്രയോ ഉയരത്തിലാണ് കെ.കരുണാകരൻ. ഇന്ദിരാഗാന്ധി, രാജീവ്ഗാന്ധി, നരസിംഹറാവു തുടങ്ങിയ മൂന്ന് പ്രധാനമന്ത്രിമാരിൽ തനിക്കുണ്ടായിരുന്ന വ്യക്തിപരമായ സ്വാധീനം കേരളവികസനമായി കറന്നെടുത്ത കരുണാകരനോടുള്ള കേരളത്തിന്റെ കടപ്പാട് ഏറെ വലുതാണ്. ഏഴിമല നേവൽ അക്കാദമി, വല്ലാർപാടം പദ്ധതി, നെടുമ്പാശ്ശേരി വിമാനത്താവളം, കലൂര് അന്താരാഷ്ട്ര സ്റ്റേഡിയം, തിരുവന്തപുരം ടെക്നോ പാർക്ക്, കാലടി സംസ്കൃത സർവകലാശാല, ദൂരദർശന്റെ പ്രാദേശിക ചാനൽ, വിഴിഞ്ഞം പദ്ധതി തുടങ്ങിയവ കരുണാകരന്റെ വിചാര ലോകത്ത് പിറന്നതും കരസ്പർശം പടർന്നതുമാണ്. അതുകൊണ്ട് തന്നെയാണ് കെ.കരുണാകരൻ ആധുനിക കേരളത്തിന്റെ വികസന ശിൽപിയായി വിലയിരുത്തപ്പെടുന്നത്. മല്ലീശ്വരന്റെ ഒടിഞ്ഞ വില്ല് പോലെയായിപ്പോയ കേരളത്തിലെ കോൺഗ്രസ് പ്രസ്ഥാനത്തിനു 70കളിൽ മുന്നേറ്റം നൽകിയ മാന്ത്രികവടി കൈവശമുള്ള രാഷ്ട്രീയനേതാവ് എന്ന നിലയിലായിരിക്കും കരുണാകരൻ സ്മരിക്കപ്പെടുക. എ.കെ. ആന്റണി, വയലാർ രവി, ഉമ്മൻചാണ്ടി നേതൃത്വങ്ങൾ സൃഷ്ടിച്ച യുവജന മുന്നേറ്റത്തെ തലമുറകളുടെ വിടവ് പ്രകടിപ്പിക്കാതെ തോളത്ത് സ്വീകരിക്കാൻ തയ്യാറായ കരുണാകരന്റെ രാഷ്ട്രീയ വിവേകമായിരുന്നു 1970ലെ കോൺഗ്രസ് വിജയത്തിന്റെ നിദാനം.

അതേപോലെ കേരളത്തിലെ തൊഴിലാളി പ്രസ്ഥാനത്തിന് കരുണാകരൻ പകുത്ത് കൊടുത്ത അധ്വാനവും അദ്ദേഹം ചിന്തിയ വിയർപ്പും ചെറുതല്ല. സമര സഹന ലഹരി പൂണ്ട ആ പീഢിതകാലത്താണ് എണ്ണിത്തിട്ടപ്പെടുത്താനാവാത്ത അധ്വാനം കരുണാകരൻ നിക്ഷേപിച്ചത്.

കാലവും അത്യധ്വാനത്തിന്റെ കരുത്തുമാണ് കെ.കരുണാകരൻ എന്ന കേരളരാഷ്ട്രീയത്തിലെ കിടയറ്റ നേതൃസ്തൂപത്തെ സ്ഥാപിച്ചത്.

വിമർശനങ്ങൾക്കും വിശേഷണങ്ങൾക്കും ഏറെ പാത്രീഭൂതനായ കരുണാകരൻ ഒരു കാലഘട്ടത്തിന്റെ സൃഷ്ടിയാണ്. വാഴ്ചയുടെ സുഖങ്ങളിൽ തുളുമ്പാതെയും വീഴ്ചയുടെ നൊമ്പരങ്ങളിൽ പതറാതെയുമുള്ള അനിതരസാധാരണ ശൈലി ലീഡർക്ക് മാത്രം അവകാശപ്പെട്ടതാണ്.

അരനൂറ്റാണ്ട് കാലത്തെ കേരള രാഷ്ട്രീയത്തിന്റെ ജാതകം സ്വന്തം ജാതകവുമായി കൂട്ടിക്കെട്ടിയ കരുണാകരൻ ഏറെ ആദരിക്കപ്പെട്ടുന്നത് തന്റെ കൺമുമ്പിൽ വന്നുചേരുന്ന ഫയലുകളിൽ മാനുഷിക സ്പർശം നൽകിയ മുഖ്യമന്ത്രി എന്ന നിലയിലായിരിക്കും. ഒരു ഫയലിൽ കിടക്കുന്നത് ഒരു ജീവിതമാണെന്ന തിരിച്ചറിവാണ് കരുണാകരനെ മനുഷ്യസ്നേഹിയായ ഭരണാധികാരിയാക്കി മാറ്റിയത്. കരുണാകരന്റെ പേരിനെ അന്വർത്ഥമാക്കിയതും അങ്ങനെ തന്നെ.

എന്റെ കഥാപാത്രം

കെ.എൽ.മോഹനവർമ്മ

ലീഡർ പത്തുസെക്കൻഡ് എന്നെ തുറിച്ചുനോക്കിക്കൊണ്ടിരുന്നു. പെട്ടെന്ന് ദൃഷ്ടികൾ തിരിച്ച് താഴേക്ക് നോക്കി. തൃശ്ശൂരിലെ രാമനിലയത്തിൽ ലീഡറുടെ സ്ഥിരം മുറിയിൽ മെല്ലെ കറങ്ങിയിരുന്ന പങ്കയുടെ മുറുമുറുപ്പ് ഒന്ന് താഴ്ന്നു. അല്പമകലെ ചെവിവട്ടത്തിനപ്പുറം ശ്രദ്ധയോടെരംഗം വീക്ഷിച്ചിരുന്ന ഫോട്ടോഗ്രാഫറും ജേക്കബ്ബ്ജോർജ്ജ് എന്ന പ്രശസ്ത പത്രപ്രവർത്തകനും ലീഡറുടെ വാക്കുകളുടെ കുഞ്ഞലകൾ കാത്ത് ചെവി കൂർപ്പിച്ചു.

പത്തു സെക്കൻഡ് കൂടി കഴിഞ്ഞു.

ലീഡർ മുഖമുയർത്തി. പുഞ്ചിരിച്ചു. കേരളത്തിന് കഴിഞ്ഞ അറുപതിലേറെ വർഷങ്ങളായി പരിചിതമായിരുന്ന, മിക്കപ്പോഴും പത്രം തുറന്നാലും ടി.വി.നഓൺചെയ്താലും ആദ്യം കാണുന്ന കാരണവപ്പുഞ്ചിരി.

ഒച്ചയിൽ പതിവിലും താഴ്ന്ന ബൈറ്റ് ലെവർ.

ലീഡർ പറഞ്ഞു.

എന്നോട് ജീവിതത്തിൽ ഇന്നുവരെ ആരും ഇതുപോലെ ഒരു ചോദ്യം ചോദിച്ചിട്ടില്ല.

ഞാൻ പറഞ്ഞു.

അതിനു കാരണമുണ്ട്. ഒന്നാമത് ഞാനൊരു പത്രപ്രവർത്തകനല്ല. ഒരു നോവലിസ്റ്റ്. കഥ പറച്ചിലുകാരൻ. രാഷ്ട്രീയം കാണുമ്പോഴും അതിലെ വ്യക്തിയെ മാത്രമാണ് എനിക്കു കാണാൻ പറ്റുന്നത്. രണ്ടാമത് എനിക്ക് അങ്ങയിൽ നിന്ന് ഒന്നും വേണ്ട. ഒരു സഹായവും.

എന്റെ ചോദ്യത്തിന് സത്യസന്ധമായ ഉത്തരമൊഴികെ. എന്റെ വായനക്കാരന് എന്റെ ആത്മാർഥതയിൽ വിശ്വാസമുണ്ട്. അവരെ എനിക്ക് കബളിപ്പിക്കാൻ വയ്യ, എനിക്ക് ഉത്തരം നൽകിയില്ലെങ്കിലും സാരമില്ല. അതുൾക്കൊള്ളാൻ എനിക്കു കഴിയും.

ലീഡർ വീണ്ടും നിശ്ശബ്ദനായി. അദ്ദേഹത്തിന്റെ ആശ്രിതവാത്സല്യം പ്രസിദ്ധമാണ്. ആര് അടുത്തുചെന്നാലും അവർ തങ്ങളുടെ ഒരു രഹസ്യസ്വാർത്ഥ ഭൗതികാവശ്യവുമായി അമ്പലനടയിലെത്തുന്ന ഭക്തരായി മാറുന്നതാണ് അദ്ദേഹം കാണാറുള്ളത്. ലേശം കൗതുകം നിറഞ്ഞ പുഞ്ചിരയോടെ എന്നെ നോക്കി. പിന്നീട് ദൃഷ്ടികൾ എതിരെയുള്ള ഭിത്തിയിലെ ഏതോ ബിന്ദുവിൽ കേന്ദ്രീകരിച്ചു.

1999ലെ ലോക്സഭാ തിരഞ്ഞെടുപ്പ് കാലം. പ്രചാരണം അതിന്റെ ഉച്ചസ്ഥായിയിൽ. ഇന്ത്യാ ടുഡെ എന്നോട് ചോദിച്ചത് ഒരു സീനിയർ രാഷ്ട്രീയ നേതാവിന്റെ ഒപ്പം കൂടി അദ്ദേഹത്തിന്റെ ഒരു ദിവസത്തെ തിരഞ്ഞെടുപ്പ് പ്രചാരണ രീതിയെ ഒരു നോവലിസ്റ്റ് എന്ന രീതിയിൽ കണ്ട് ഒന്നെഴുതണം. പറ്റുമോ? ആളും തീയതിയും എനിക്കു തീർച്ചപ്പെടുത്താം.

സഖാവ് നായനാർ കോട്ടയം ഏരിയയിലാണ്. ബി.ജെ.പിയുടെ രാജഗോപാൽ തിരുവന്തപുരത്ത് സ്ഥാനാർത്ഥിയാണ്. കരുണാകർജി മുകുന്ദപുരത്തും. എനിക്ക് രണ്ടാമത് ആലോചിക്കേണ്ടി വന്നില്ല.

ലീഡറോടൊപ്പം ഒരു ദിവസം.

1976ൽ എറണാകുളത്ത് വന്ന് സ്ഥിരതാമസമാക്കിയതിനു ശേഷം നാട്ടിലെ രാഷ്ട്രീയം എന്റെ രചനകളിൽ ഞാനറിയാതെ പോലും കടന്നുവരുന്ന പശ്ചാത്തലമായി മാറിയിരുന്നു. അതിൽ പലപ്പോഴും ഒരു നോതാവിനെകാട്ടേണ്ടി വരുമ്പോൾ അറിയാതെ തന്നെ വരകൾ കരുണാകരനിലോ, ഇ.എം.എസ്സിലോ നായനാരിലോ ആന്റണിയിലോ ഉള്ള പ്രത്യേകതകളിൽ എത്തിച്ചേരുമായിരുന്നു. അതിൽ ഏറ്റവും തെളിഞ്ഞിരുന്നത് കരുണാകരനും നായനാരുമായിരുന്നു. ക്രിക്കറ്റ് നോവലിലും മാച്ചു തുടങ്ങുന്ന രംഗത്തെ വി.ഐ.പികൾക്ക് ഇവരെയാണ് മാതൃകകളാക്കിയത്.

എനിക്ക് ലീഡറോടൊപ്പം ഒരു ദിവസം ചെലവിടാൻകിട്ടിയത് ഭാഗ്യമായി ഞാൻ കരുതി.

മൂന്നുനാലു തവണ ലീഡറോടൊപ്പം വേദി പങ്കിട്ടിട്ടുണ്ട്. ചിത്രം ആർട്ട് ഗ്യാലറിയുടെ ചടങ്ങുകളിൽ, ഒരു പുസ്തകപ്രകാശനം, ആലുവാമണപ്പുറത്ത് ദേശീയ സാഹിത്യവേദി. ഒരിക്കലും നേരിട്ട് സംസാരിച്ചിട്ടില്ല. രണ്ടു തവണ അദ്ദേഹത്തെ അടുത്തിരുന്നു ശ്രദ്ധിച്ചിട്ടുണ്ട്.

ആദ്യത്തേത് പ്രശസ്തനായ ജ്യോതിഷി മിത്രൻ നമ്പൂതിരിപ്പാടുമൊത്താണ്. തിരുവനന്തപുരത്ത് ഒരു കുടുംബ ചടങ്ങിന് ചെന്നതായിരുന്നു. ആലക്കോട് രാജാ എന്ന പ്രസിദ്ധനായ പുഞ്ഞാർ വലിയ തമ്പുരാന്റെ ഒരു കേസ് ഫയൽ സെക്രട്ടറിയേറ്റിൽ ഇളകുന്നില്ല. മിത്രൻ ചേട്ടൻ പറഞ്ഞു, ഞാൻ കരുണാകരനെ നാളെ കാണുന്നുണ്ട്. ഇളക്കാം. ഞാൻ ഒപ്പം കൂടി. ഈ ഫയൽ ഇളക്കുന്ന വിദ്യ നേരിൽ കാണണം. നോവലിൽ ഉപയോഗിക്കാം. വല്യമ്മാവൻ സമ്മതിച്ചു. മോഹനൻകൂടി പോരുട്ടെ. എന്റെ റെപ്രസന്റേറ്റീവ് ആയിട്ട്. രാവിലെ എട്ടുമണിക്ക് ഞങ്ങൾ മുഖ്യമന്ത്രി ഭവനത്തിലെത്തി. മിത്രൻ ചേട്ടൻ അവിടെ വി.ഐ.പിയാണ്. പുറത്തും അകത്തും ഗ്രേഡനുസരിച്ച് ഇരുത്തിയിരുന്ന നാലുകൂട്ടം ഭക്തരെ കൂസാതെ എല്ലാവരെയും അനുഗ്രഹിച്ച് മിത്രൻ ചേട്ടൻ അകത്തെ പ്രൈവറ്റ് മുറിയിലെത്തി. അഞ്ചുമിനിട്ട്. ലീഡർ പൂജ കഴിഞ്ഞ് പ്രസാദവുമായി വന്നു. മിത്രൻ ചേട്ടനെ വണങ്ങി. ഞങ്ങളെ പ്രാതലിന് നിർബന്ധിച്ചു. മിത്രൻ ചേട്ടൻ ലീഡറുടെ ജാതകത്തിലെ പ്രസന്റ് പ്രശ്നങ്ങൾ വിശദീകരിച്ചു. പരിഹാരം നിർദ്ദേശിച്ചു. ലീഡർ ഭവ്യതയോടെ എല്ലാം കേട്ടു. സംശയം പങ്കുവെച്ചു. അവസാനം മിത്രൻ ചേട്ടൻ പുഞ്ഞാർ രാജാവിന്റെ പ്രശ്നം പറഞ്ഞു. ലീഡർ എല്ലാം കേട്ടു. പറഞ്ഞു.

തമ്പുരാന്റെ കേസ് എനിക്കറിയാം. നീതിയും ന്യായവുമുണ്ടെങ്കിലും ഇക്കാലത്ത് ഒരു രാജാവിനെ സഹായിക്കുന്നത് ജനരോഷത്തിനിടയാക്കും. പ്രിവിപഴ്സ് നിർത്തിയതിന് ലഭിച്ച പിന്തുണ തിരുമേനിക്ക് അറിഞ്ഞുകൂടേ?

അർത്ഥശങ്കയ്ക്കിടയില്ലാത്തവിധം നോ പറഞ്ഞ ലീഡറുടെ ആത്മാർത്ഥത എനിക്ക് ഇഷ്ടമായി.

രണ്ടാമത് കണ്ടത് പത്രപ്രവർത്തന രംഗത്തെ കുലപതിയായ വി.പി. രാമചന്ദ്രനുമൊത്താണ്. കൊച്ചിയിൽ കൂടുന്ന വേൾഡ് മലയാളി സമ്മേളനത്തിന് മുഖ്യാതിഥിയായി ക്ഷണിക്കണം. വി.പി. രാമചന്ദ്രൻ ലീഡറുടെ സുഹൃത്താണ്. മുഖ്യമന്ത്രിയുടെ ചേംബർ ഞാൻ ആദ്യമായി കാണുകയാണ്. ഞങ്ങൾക്ക് വി.ഐ.പി. സ്വീകരണം. അഞ്ചുമിനുട്ട് ഇരിക്കാൻ ചെന്ന ഞങ്ങളെ ഒരു മണിക്കൂർ കഴിഞ്ഞാണ് വിട്ടത്. ഇതിനിടയിൽ വി.പി. ആറിനെ അടുത്തു വിളിച്ച് ചെവിയിൽ രഹസ്യം. ചിരി. സ്വകാര്യ തമാശകൾക്കിടയ്ക്കിടക്ക്, സംഭാരമായിരിക്കണം, കുടിക്കുന്നു. പരിചാരകൻ നീട്ടുന്ന കോളാമ്പിയിൽ വായ കഴുകി തുപ്പുന്നു. ആരെയും വകവെക്കാതെ ആജ്ഞാശേഷിയുടെ എല്ലാ ആയുധങ്ങളും ധീരമായി വാക്കുകളിലും അവയവ ചലനങ്ങളിലും പ്രദർശിപ്പിക്കുന്ന അതികായനായ നാടൻ കാരണവർ, പുറത്ത് അഹങ്കാരികളായി നാം കാണുന്ന

മൂന്നു മന്ത്രിമാർ ഇടയ്ക്ക് വിളിച്ചും വിളിക്കാതെയും മുറിയിൽ വന്നു. ലീഡറുടെ മുന്നിൽ അവരുടെ മുഖത്തും പെരുമാറ്റത്തിലും കണ്ട ദാസ്യഭാവം എന്നെ അത്ഭുതപ്പെടുത്തി.

ലീഡർ എന്ന പേരിൽ കേരള രാഷ്ട്രീയത്തെ പശ്ചാത്തലമാക്കി ഒരു നോവൽ രചിക്കണമെന്ന് പല സുഹൃത്തുക്കളും പറയാറുണ്ടായിരുന്നു. എന്നെക്കൊണ്ട് നിർബന്ധിച്ച് ബിസിനസ്സ് ലോകത്തെ ആധാരമാക്കി പ്രൈവറ്റ് ലിമിറ്റഡ്, സ്റ്റോക്ക് എക്സ്ചേഞ്ച് എന്ന രണ്ടു നോവലുകൾ എഴുതിച്ച ദീപികയുടെ പി.കെ. എബ്രഹാം എന്ന സുഹൃത്ത് സ്വന്തമായി ഒരു പ്രസിദ്ധീകരണം പ്ലാനിട്ടപ്പോൾ ലീഡർ എന്ന പേരിൽ എന്റെ നോവൽ വരുന്നതായി പരസ്യം ചെയ്യുകയും ചെയ്തിരുന്നു. പക്ഷേ, ഞാനെഴുതിയില്ല. ലീഡറുടെ ബാഹ്യമായ രൂപമേ എനിക്കു കിട്ടിയിരുന്നുള്ളൂ.

കഥ പറച്ചിലുകാരന്, നോവലിസ്റ്റിന് കഥാപാത്രത്തിന്റെ രൂപമല്ല പ്രധാനം. മനസ്സാണ്. മനസ്സ് എനിക്ക് അജ്ഞാതമായിരുന്നു.

അതുകൊണ്ട് ഇന്ത്യാടുഡേയുടെ ദൗത്യം ഒരു വരദാനമായി ഞാൻ കരുതി. പറഞ്ഞ ദിവസം രാവിലെ ഇന്ത്യാടുഡെയുടെ കേരളത്തിലെ ചീഫ് ആയിരുന്ന ജേക്കബ് ജോർജ്ജും ഫോട്ടോഗ്രാഫറും വന്നു. ഞങ്ങൾ യാത്ര തിരിച്ചു. മകൾ പത്മജാവേണുഗോപാൽ അന്ന് ചാലക്കുടിയിൽ താമസിച്ച് ലീഡറുടെ പ്രചാരണ പരിപാടികൾ കോ-ഓർഡിനേറ്റ് ചെയ്യുകയാണ്. ജേക്കബ് ജോർജ്ജ് എല്ലാവർക്കും പ്രിയങ്കരനാണ്. പത്മജാവേണുഗോപാൽ റൂട്ടും പരിപാടികളും തന്നു. ലീഡർ രാവിലെ പത്തുമണിക്ക് പ്രചാരണത്തിനിറങ്ങിക്കഴിഞ്ഞു. ഇന്ന് മാള, ഇരിങ്ങാലക്കുട ഏരിയയിലാണ്. പത്തു മീറ്റിംഗുകൾ. ചിലപ്പോൾ രണ്ടോ മൂന്നോ കൂടാം. ഞങ്ങൾ റൂട്ട് മാപ്പ് നോക്കി. ഇടവഴികൾ താണ്ടി. മൂന്നാം മീറ്റിംഗിൽ ലീഡറെ കണ്ടു. ലോറൽ ആൻഡ് ഹാർഡി സ്റ്റൈലിൽ മുസ്തഫാജിയുടെയും ചെറിയാൻ ഫിലിപ്പിന്റെയും തോളിൽ കൈയമർത്തി ലീഡർ കണ്ണിൽ ഒതുക്കിയ ചിരിയുമായി വേദിയിലേക്കുള്ള പടി കയറുന്നു. കൈയടി, മുദ്രാവാക്യം, ഏഴോ എട്ടോ മിനിട്ടു നീണ്ട പ്രസംഗം, പ്രധാനം വിമാനത്താവളം കൊണ്ടുവന്ന കാര്യമാണ്. സോഷ്യലിസമൊന്നും രാഷ്ട്രീയ ശൈലിയിൽ പറഞ്ഞതേയില്ല. മൈക്കിന്റെ വലിയ ഒച്ച. ആരും ഒരു ഉത്സവാഘോഷത്തിനപ്പുറം സംഭവം ശ്രദ്ധിക്കുന്നില്ല. അത് എല്ലാവരെക്കാളും നന്നായി ലീഡർക്കറിയാമെന്നു തോന്നി. എതിർ സ്ഥാനാർത്ഥി ഇ.എം.എസ്സിന്റെ മകൻ ശ്രീധരനായിരുന്നു. അദ്ദേഹത്തെ കുറിച്ച് പോലും ലീഡർ ഒന്നും പറഞ്ഞില്ല. പറയാനും മാത്രമൊന്നുമില്ല എന്ന മട്ട്.

മൂന്നിടത്ത് രംഗം ആവർത്തിച്ചപ്പോൾ ഞാൻ ജേക്കബ് ജോർജ്ജി നോടു പറഞ്ഞു. ധാരാളമായി. ഇനി അടുത്ത മീറ്റിംഗുകളിലും പുതുതായി ഒന്നും സംഭവിക്കാൻ പോകുന്നില്ല. ലീഡറുമായി നേരിട്ട് പത്തു മിനിട്ട് സംസാരിക്കാൻ സന്ദർഭം ഉണ്ടാക്കു. ബഹളമില്ലാതെ തനിയെ.

ജേക്കബ് ജോർജ്ജ് ലീഡറുമായി ബന്ധപ്പെട്ടു. വൈകീട്ട് എട്ടുമണി. തൃശ്ശൂരിൽ രാമനിലയം. എല്ലാവരെയും ഒഴിവാക്കി വരും. അങ്ങനെയാണ് ലീഡറും ഞാനും മുഖാമുഖം ഇരുന്നത്. ഫോട്ടോഗ്രാഫർ പടമെടുത്തു മാറി. ജേക്കബ്ബ് ജോർജ്ജ് കുശലം പറഞ്ഞു. ഞാനാദ്യമായാണ് ഇലക്ഷൻ പ്രചാരണം ഗൗരവമായി ശ്രദ്ധിക്കുന്നത്. സത്യത്തിൽ രണ്ടു പ്രസംഗം കേട്ടപ്പോൾ മതിയായി. സംഭവം ബോറായിരുന്നു.

ലീഡർ ചിരിച്ചു.

ഇലക്ഷനല്ലേ? ജനങ്ങളും ഇതേ ആഗ്രഹിക്കുന്നുള്ളൂ. നമ്മുടെ സാന്നിധ്യമാണ് പ്രധാനം. കുറച്ചു തമാശകൾ കൂടി പങ്കിട്ട് അന്തരീക്ഷം ലാഘവമാക്കിയതിനുശേഷം ഞാൻ പറഞ്ഞു.

എനിക്ക് അങ്ങയോട് ഒരു ചോദ്യം ചോദിക്കാനുണ്ട്. അതിനെനിക്കു മറുപടി വേണം. മറുപടി തരാൻ വിഷമമാണെങ്കിൽ വേണ്ട. പക്ഷേ ഒരു എഴുത്തുകാരനെന്ന നിലയിൽ എനിക്കു ചോദിക്കാതിരിക്കാൻ വയ്യ.

ലീഡർ ചിരിച്ചു.

ചോദിക്കു.

ഞാൻ പറഞ്ഞു.

രാഷ്ട്രീയത്തിൽ ആത്മാർത്ഥതയോടെ പ്രവർത്തിച്ചിരുന്ന എല്ലാ ഉന്നതനേതാക്കന്മാരുടേയും ജീവിത സായാഹ്നത്തിൽ അവർ ദുഃഖിതരായിരുന്നു. അവരുടെ സേവനകാലത്തിന്റെ അന്ത്യം അടുക്കുന്നു എന്ന ദുഃഖത്തേക്കാളേറെ അവരെ മഥിച്ചുകൊണ്ടിരുന്ന മറ്റേതോ സ്വകാര്യദുഃഖം ഉണ്ടായിരുന്നു. എബ്രഹാം ലിങ്കൺ, ലെനിൻ, ഗാന്ധിജി, മാവോസെ തുംഗ്, വിൻസ്റ്റൻ ചർച്ചിൽ, ജവഹർലാൽ നെഹ്റു. എല്ലാവരും. അങ്ങയുടെ ദുഃഖം എന്താണ്?

ലീഡർ ഏറെ നേരത്തെ മൗനത്തിനുശേഷം എന്തോ ഉറച്ച തീരുമാനമെടുത്ത ഗൗരവത്തോടെ ദൃഷ്ടികളുയർത്തി. പതിവുചിരി ചിരിച്ചില്ല.

എന്റെ ദുഃഖം ഇന്ത്യയ്ക്ക് ജവഹർലാൽ നെഹ്റുവിന് ശേഷം അദ്ദേഹത്തെപ്പോലെയുള്ള ഒരു ദേശീയ നേതാവ് ഉണ്ടായില്ലല്ലോ എന്നതാണ്.

ഇന്ന് ലീഡർ നമ്മുടെയൊപ്പമില്ല.

നാം ലീഡറെ കാണുന്നതും ആരാധിക്കുന്നതും കുറ്റം പറയുന്നതും വെറും സാധാരണ ലെവലിലെ ഒരു രാഷ്ട്രീയക്കാരനായി കണ്ടുകൊണ്ടാണ്. ലീഡറും ആ സെൽഫ് പോർട്രെയ്റ്റ് പെയിന്റിംഗ് സ്വയം വരച്ചിരുന്നു. പക്ഷേ, ലീഡറുടെ മനസ്സിലേക്കു കയറാൻ എനിക്കും ഭാഗ്യം ലഭിച്ചു. എന്റെ സുഹൃത്ത് ഇന്ത്യയിലെ അത്യുന്നതനായ പത്രപ്രവർത്തകൻ ടി.വി. ആർ ഷേണായി പറഞ്ഞു. ലീഡർ ഒരു കലാകാരനാണ്. വർമ്മാജിയെപ്പോലെയുള്ള ഒരു കലാകാരനേ ലീഡറുടെ മനസ്സു തുറപ്പിക്കാൻ കഴിയൂ.

പിന്നീട് ഞാൻ ലീഡറെ കണ്ടിട്ടില്ല. പക്ഷേ, ലീഡർക്ക് എന്നെ ഇഷ്ടമായിരുന്നിരിക്കണം.

വീക്ഷണം പത്രം പുനരുജ്ജീവിപ്പിക്കാനുള്ള ശ്രമം തുടങ്ങിയപ്പോൾ അന്നത്തെ കെ.പി.സി.സി പ്രസിഡന്റ് ഞാൻ വീക്ഷണത്തിന്റെ മുഖ്യപത്രാധിപസ്ഥാനം എടുക്കണമെന്ന് നിർബന്ധിച്ചു. എനിക്കു തമാശയായാണ് തോന്നിയത്. ഇത് ഗ്രൂപ്പുവൈരത്തിന്റെ ശക്തമായ കാലമാണ്. ഞാൻ ചോദിച്ചു എന്നെ താങ്കളോ ലീഡറോ അറിയുകയില്ല. എന്റെ രചനകൾ എന്തെങ്കിലും നിങ്ങൾ വായിച്ചിട്ടുണ്ട് എന്ന് പറഞ്ഞാലും ഞാൻ വിശ്വസിക്കുകയില്ല. പിന്നെ എന്നെ നിങ്ങൾ എങ്ങനെ ഈ പദവിക്ക് തിരഞ്ഞെടുത്തു?

വർമ്മാജിയുടെ പേര് അച്ഛനും സി.എമ്മും കൂടി തീർച്ചപ്പെടുത്തിയതാണ്. ലീഡർ അദ്ദേഹത്തിന്റെ മനസ്സിലേക്ക് കയറാൻ ശ്രമിച്ച എന്നെ ഞാനറിയാതെ സ്വന്തമാക്കി.

ഒരു അനിയന്റെ സാഷ്ടാംഗപ്രണാമം.

അത്ഭുത പ്രതിഭാസം

ഡോ.എൻ.എ. കരീം

കെ. കരുണാകരന്റെ കർമനിരതവും സംഭവബഹുലവുമായ രാഷ്ട്രീയ ജീവിതം ആരംഭിക്കുന്നത് അന്നത്തെ കൊച്ചി രാജ്യത്തിൽ നിന്നാണ്. കൊച്ചി രാജ്യ പ്രജാമണ്ഡലമായിരുന്നു അദ്ദേഹത്തിന്റെ ആദ്യ രാഷ്ട്രീയ പ്രവർത്തനത്തിന്റെ പ്രധാന വേദി. പ്രജാമണ്ഡലത്തിന്റെ പ്രധാന പോഷക സംഘടനയായ അഖില കൊച്ചി വിദ്യാർത്ഥി കോൺഗ്രസ്സിലാണ്, അദ്ദേഹത്തിന്റെ രാഷ്ട്രീയ സമകാലീനനെങ്കിലും ആറ് വയസ്സ് കുറഞ്ഞ ഞാനന്നു പ്രവർത്തിച്ചിരുന്നത്. വിദ്യാർത്ഥി ഫെഡറേഷൻ അംഗമായിരുന്ന ഞാൻ ക്വിറ്റ് ഇന്ത്യാ സമരത്തിൽ കമ്യൂണിസ്റ്റ് പാർട്ടിയും വിദ്യാർത്ഥി ഫെഡറേഷനും കൈക്കൊണ്ട നിലപാടിൽ അസംതൃപ്തരായി മറ്റു ചിലരോടൊപ്പം വിദ്യാർത്ഥി കോൺഗ്രസ്സിൽ ചേർന്നു പ്രവർത്തിക്കുയാണുണ്ടായത്.

നീലകണ്ഠ അയ്യർ മുൻകൈ എടുത്തു രൂപം നൽകിയ കൊച്ചി രാജ്യ പ്രജാമണ്ഡലം അതിനകം രാഷ്ട്രീയമായി വളരെയധികം ശക്തിപ്രാപിച്ചു കഴിഞ്ഞിരുന്നു. കൊച്ചിയിലെ രാജവാഴ്ചയിൻ കീഴിൽ ഉത്തരവാദിത്വ ഭരണം നേടിയെടുക്കുകയെന്നുള്ളതായിരുന്നു പ്രജാമണ്ഡലത്തിന്റെ ആദ്യകാല രാഷ്ട്രീയ പരിപാടി. ഇക്കണ്ടവാര്യർ, പനമ്പിള്ളി ഗോവിന്ദ മേനോൻ, കെ.പി. മാധവൻ നായർ, പുത്തൂർ അച്യുത മേനോൻ തുടങ്ങിയവരായിരുന്നു അന്നു പ്രജാമണ്ഡലത്തിന്റെ പ്രമുഖ സാരഥികൾ.

ഈ ഘട്ടത്തിലാണ് വടക്കെ മലബാറിൽ നിന്നു തൃശ്ശൂരിലെ മഹാരാജാസ് ടെക്നോളജിക്കൽ ഇൻസ്റ്റിറ്റ്യൂട്ടിൽ ഡ്രോയിംഗ് കോഴ്സിനു പഠിക്കാൻ കരുണാകരൻ വന്നത്. അമ്മാവനോടൊത്തു താമസിച്ചിരുന്ന കരുണാകരനും യുവസഹജമായ സാഹസികതയോടും

സ്വാതന്ത്ര്യാവേശത്തോടും കൂടി 1942ലെ ക്വിറ്റ് ഇന്ത്യാ സമരത്തിന്റെ കുത്തൊഴുക്കിലേക്കു കുതിച്ചു ചാടി വിയ്യൂർ സെൻട്രൽ ജയിലിൽ വന്നു പെട്ടു. അന്ന് ജയിലിൽ രാഷ്ട്രീയ ഡെറ്റിന്യൂ തടവുകാരായി പ്രജാമണ്ഡലത്തിന്റെ മിക്കവാറും എല്ലാ തലമൂത്ത നേതാക്കന്മാരുമുണ്ടായിരുന്നു. അവരും വിദ്യാർത്ഥി തടവുകാരായ വൈലോപ്പിള്ളി രാമൻ കുട്ടി, ബാലൻ, പി.കെ. ബാലകൃഷ്ണൻ, പിന്നീട് കേന്ദ്രമന്ത്രിയുമൊക്കെയായ വി.എ സെയ്തു മുഹമ്മദ് എന്നിവരെല്ലാമുണ്ടായിരുന്നു. അവരുമായുള്ള ജയിലിലെ കരുണാകരന്റെ ജീവിതത്തെപ്പറ്റി പി.കെ. ബാലകൃഷ്ണൻ എന്നോട് പറഞ്ഞിട്ടുണ്ട്. തന്റെ സഹജമായ ഊർജസ്വലതയും സംഘടനാപാടവവും അവിടെയും ലീഡർ കാണിച്ചിരുന്നു. അതുകൊണ്ട് അദ്ദേഹം എല്ലാവരുടെയും സ്നേഹവും വിശ്വാസവും ആർജിക്കുകയും ചെയ്തിരുന്നു.

അവരെല്ലാം ജയിലിൽനിന്നും പുറത്തുവന്നതിനുശേഷമാണ് പ്രജാമണ്ഡലത്തിന്റെ പ്രവർത്തനങ്ങളിൽ കൂടി ഞാനദ്ദേഹവുമായി അടുത്തത്. അതിനിടയിൽ ക്രമേണ പ്രജാമണ്ഡലത്തിൽ ഒരു ഇടതുപക്ഷ ഗ്രൂപ്പ് വളർന്നു വരികയുണ്ടായി. മത്തായി മാഞ്ഞൂരാൻ, ആർ.എം. മനയ്ക്കലാത്ത് തുടങ്ങിയവരായിരുന്നു അതിന്റെ നേതാക്കൻമാർ. കരുണാകരനായിരുന്നു പനമ്പിള്ളി, മാധവൻ നായർ വിഭാഗത്തിന്റെ കുരുത്തുറ്റ നിർവാഹകൻ. രാഷ്ട്രീയ രംഗത്തെന്നപോലെ ട്രെയ്ഡ് യൂണിയൻ രംഗത്തും കരുണാകരൻ തന്റെ അസാമാന്യമായ സംഘടനാ പാടവം തെളിയിക്കുകയുണ്ടായി. അന്ന് സ്വകാര്യ ഉടമസ്ഥതയിലായിരുന്ന സീതാറാം മില്ലിലെ ഐ.എൻ.ടി.യു.സി യൂണിയന്റെ രൂപവത്ക്കരണം കരുണാകരന്റെ അനന്യസാധാരണമായ സംഘടനാ പാടവത്തിന്റെ വെന്നിക്കൊടിയായി ഇന്നും പഴയ തലമുറക്കാർ ഓർക്കുന്നുണ്ട്. പ്രജാമണ്ഡലത്തിലെ ഇടതുപക്ഷക്കാരായ ഏറെക്കുറെ എല്ലാവരും ഉജ്ജ്വല വാഗ്മികളായിരുന്നു. എന്നാൽ അന്നത്തെ ഔദ്യോഗിക പക്ഷത്തിന്റെ കുന്തമുനകളിലൊന്നായിരുന്ന കരുണാകരൻ പ്രസംഗത്തേക്കാൾ പ്രവർത്തന വൈഭവംകൊണ്ടാണ് തന്റെ നേതൃത്വ ശക്തിക്ക് അടിത്തറയിട്ടത്.

കൊച്ചിയിലെ പ്രജാമണ്ഡലത്തിനുള്ളിലെ തന്നെ ഇടതുപക്ഷ വിഭാഗത്തിന്റെയും മറ്റും വിമർശനങ്ങളെ, അവരിൽ പലരുടെയും അതിശയകരമായ വാക്സാമർത്ഥ്യം അദ്ദേഹത്തിനില്ലായിരുന്നുവെങ്കിലും കരുണാകരൻ അവകൊണ്ടൊന്നും കുലുങ്ങിയിരുന്നില്ല. സംഘടിതമായ എതിർപ്പിന്റെ മുമ്പിലാണ് കരുണാകരന്റെ കരുത്ത് ഏറ്റവും ശക്തമായി പ്രകടമായിരുന്നത്. പ്രജാമണ്ഡലത്തിലും പിന്നീട് കോൺഗ്രസ്സിലും

പുറത്തും അദ്ദേഹത്തിനു ധാരാളം ശത്രുക്കളുണ്ടായിരുന്നു. അവരുടെ പ്രകടവും നിഗൂഢവുമായ എതിർപ്പുകളെ നേരിടുന്നതിൽ അദ്ദേഹം കാണിച്ച കരുത്തും കരളുറപ്പുമാണ് കരുണാകരനെ ലീഡറാക്കി മാറ്റിയത്. തൃശ്ശൂർ തട്ടിൽ എസ്റ്റേറ്റിലെ മാനേജർ ജോണിന്റെ വധം സംബന്ധിച്ച കേസ് കരുണാകരന്റെ രാഷ്ട്രീയ ജീവിതത്തിലെ ഒരു വലിയ പരീക്ഷണഘട്ടമായിരുന്നു. അദ്ദേഹം അത്ഭുതകരമായ സാമർഥ്യത്തോടെ അതിജീവിച്ചുവെന്നു മാത്രമല്ല, ഒരു അജയ്യനായ രാഷ്ട്രീയ നേതാവായി പുറത്തുവരികയും ചെയ്തു.

കാലുകളിൽ സ്പ്രിംഗ് ഘടിപ്പിച്ചതുപോലെ യുവസഹജമായ പ്രസരിപ്പോടുകൂടിയുള്ള നടപ്പും ചടുലമായ വാക്കുകളും എല്ലാം ആ കാർ അപകടത്തിന്റെ കാലംവരെ അഭംഗുരമായി നിലനിന്നിരുന്നു. അതിൽ നിന്നു ശാരീരികമായും മാനസികമായും വലിയ ക്ഷീണങ്ങളൊന്നുമില്ലാതെ വീണ്ടും ഏറെക്കുറെ പഴയപോലെ കർമനിരതനാകാൻ കഴിഞ്ഞത് ആ മനസ്സിന്റെ സഹജമായ കടുത്ത ഇച്ഛാശക്തി ഒന്നുകൊണ്ടു മാത്രമാണ്. തന്നെ രാഷ്ട്രീയമായി കുടുക്കാനുള്ള മാധ്യമ പ്രവർത്തകരുടെ ചോദ്യങ്ങളിൽ നിന്നു വേർപിരിയാത്ത ആ കുസൃതി നിറഞ്ഞ വശ്യമായ ചിരിയോടുകൂടി മറുപടി പറഞ്ഞുകൊണ്ടുതന്നെ പിടികൊടുക്കാതെ ഒഴിഞ്ഞുമാറാനുള്ള പ്രത്യേക രാഷ്ട്രീയ മെയ് വഴക്കം തൊണ്ണൂറ് കഴിഞ്ഞ ഇപ്പോഴും അദ്ദേഹത്തിലുണ്ട്. അപ്പോഴൊക്കെ ആ കൺകോണുകളിൽ ഒരു പ്രത്യേകതരം പരിഹാസത്തിന്റെ പ്രകാശം കാണാം.

രാഷ്ട്രീയ ശത്രുതയൊന്നും വ്യക്തിപരമായ ബന്ധങ്ങളിൽ അദ്ദേഹം പ്രദർശിപ്പിച്ചിരുന്നില്ല. ആരെയും നിരായുധരാക്കുന്ന ആ വശ്യമായ ചിരി അദ്ദേഹത്തിനു ഒരു സുരക്ഷാകവചം കൂടിയായിരുന്നു. കഴിഞ്ഞ നൂറ്റാണ്ടിന്റെ നാൽപ്പതുകളുടെ അവസാനത്തിലാണെന്നു തോന്നുന്നു, മത്തായി മാഞ്ഞൂരാനും ഞാനും കൂടി തീവണ്ടിയിൽ തൃശ്ശൂർക്ക് പോകുകയായിരുന്നു. ഞങ്ങൾ ഇരുവരും അന്നുണ്ടായിരുന്ന ഇന്റർ ക്ലാസിൽ കയറി. കുറച്ചു കഴിഞ്ഞപ്പോൾ ഏറണാകുളം നോർത്തിൽ നിന്നു കരുണാകരനും അതേ കമ്പാർട്ടുമെന്റിൽ വന്നു. ഞങ്ങളെ കണ്ടയുടൻ സഹജമായ ആ ചിരിയോടുകൂടി 'ങ്ഹാ ആശാനും ശിഷ്യനും കൂടി എവിടേക്കാണ്?' എന്നൊരു കുശലം ചോദിച്ചു സീറ്റിൽ ഇരുന്നു. ഇരുകൂട്ടരും തമ്മിൽ രാഷ്ട്രീയ വൈരം രൂക്ഷമായിരുന്ന ഒരു കാലമായിരുന്നിട്ടുപോലും ആശാൻ എന്നു എല്ലാവരും വിളിച്ചിരുന്ന മത്തായിയോട് ഒരു സീനിയർ നേതാവെന്ന നിലയിൽ ആദരവോടുകൂടിയാണ് കരുണാകരൻ പെരുമാറിയത്. സ്വതവേ മിതഭാഷിയും കൊച്ചിയിലെ രാഷ്ട്രീയ ട്രേഡ് യൂണിയൻ രംഗങ്ങളിൽ അന്നു ഇതിഹാസതുല്യനായി

വിരാജിച്ചിരുന്ന നേതാവും ഗൗരവ സ്വഭാവക്കാരനുമായ ആശാന്റെ പക്ഷത്തുനിന്നു അതിനനുസരിച്ച് പ്രതിരണം ഉണ്ടാകാതിരുന്നതുകൊണ്ടാകാം ദൃഢഗാരോഗ്യവാനെങ്കിലും കൃശഗാത്രനായിരുന്ന കരുണാകരൻ തന്റെ ബർത്തിൽ നീണ്ടു നിവർന്നു കിടന്നുറങ്ങുകയും ചെയ്തു. തൃശ്ശൂരിലെത്തിയപ്പോൾ പെട്ടെന്നുണർന്ന് ഞങ്ങളോടു സ്നേഹപൂർവമായി യാത്ര പറഞ്ഞു ഇറങ്ങിപ്പോവുകയും ചെയ്തു. രാഷ്ട്രീയമായി വളരെ വേഗം വഴിപിരിഞ്ഞതുകൊണ്ട് കൊച്ചി രാജ്യപ്രജാമണ്ഡലത്തിൽ ഒന്നിച്ച പ്രവർത്തിച്ചിരുന്ന കാലത്തെ അടുപ്പം സ്വാഭാവികമായും ഞങ്ങൾ തമ്മിൽ ഇല്ലാതായി. ഞാനുൾപ്പെട്ടിരുന്ന ഇടതുപക്ഷം പിന്നീട് ഇന്ത്യൻ സോഷ്യലിസ്റ്റ് പാർട്ടിയിലേക്കും ഒടുവിൽ കേരള സോഷ്യലിസ്റ്റ് പാർട്ടിയുടെ രൂപവത്കരണത്തിലേക്കും വഴിമാറി. പിന്നീട് വളരെയധികം കാലം ഞാൻ രാഷ്ട്രീയത്തിൽ തുടരുകയുണ്ടായില്ല. ഞാനാകട്ടെ എറണാകുളം മഹാരാജാസ് കോളജിൽ നിന്നു പുറത്താക്കപ്പെട്ടതിനുശേഷം നഷ്ടപ്പെട്ടുപോയ ദീർഘകാലത്തെ വിദ്യാഭ്യാസ ജീവിതം പുനരാരംഭിച്ച അധ്യാപക ജീവിതത്തിൽ പ്രവേശിക്കുകയാണുണ്ടായത്.

എങ്കിലും എന്നും രാഷ്ട്രീയമുണ്ടായിരുന്ന ഞാൻ എന്റെ പൂർവകാല സമരസഖാവായിരുന്ന കരുണാകരന്റെ രാഷ്ട്രീയ ജീവിതത്തിൽ ഗ്രാഫ് കുത്തനെ ഉയരുന്നതുകണ്ട് സന്തോഷിച്ചിട്ടുണ്ട്. കണ്ടുമുട്ടുമ്പോഴൊക്കെ ആ പഴയ സ്നഹവായ്പോട്ടുകൂടിത്തന്നെയേ അദ്ദേഹം എന്നോട് പെരുമാറിയിട്ടുള്ളൂ. സ്വാതന്ത്ര്യാനന്തര ഇന്ത്യയിലെ സംസ്ഥാന നേതാക്കന്മാരുടെ രണ്ടാമത്തെ തലമുറയിലെ ഒരത്ഭുത പ്രതിഭാസമായിരുന്നു കരുണാകരൻ. കാമരാജിന്റെ ഒന്നാം തലമുറ നേരത്തെ കുറ്റിയറ്റുപോയി. ഇപ്പോഴിതാ കരുണാകരനും.

കരുണാകരൻ - ഒരു കാലം

ഇ.വി.ശ്രീധരൻ

രണ്ടുതരം നേതാക്കന്മാരുണ്ട്. ജനങ്ങളുടെ ജീവിതത്തിൽ നിന്നു കയറി വരുന്ന ജനങ്ങളുടെ നേതാക്കന്മാർ. ഇവർ ജനങ്ങളുടെ രക്ഷകന്മാരായിത്തീരുന്നു. രണ്ടാമത്തെ കൂട്ടർ മുൻചൊന്ന നേതാക്കന്മാരിൽ നിന്നിറങ്ങി വരുന്നവരാണ്. ഇവർക്ക് ജനങ്ങളെക്കാൾ വലുത് നേതാക്കന്മാരാണ്. നേതാക്കന്മാരുടെയും അധികാരസ്ഥാനങ്ങളുടെയും മുമ്പിൽ കൃത്രിമവേലകൾ കാണിച്ച് സ്വയം നേതാക്കളായിത്തീരുന്നവർ. ഇവർ തങ്ങളുടെ നേതൃപദവി ജനങ്ങളെക്കൊണ്ട് അംഗീകരിപ്പിക്കുകയാണ് ചെയ്യുന്നത്. ഇത്തരം നേതാക്കളാണ് എല്ലാ രാഷ്ട്രീയ പാർട്ടികളിലും നമ്മുടെ കാലത്ത് പെരുകിക്കൊണ്ടിരിക്കുന്നത്.

കരുണാകരൻ ആദ്യത്തെ കൂട്ടത്തിൽപ്പെട്ട വലിയൊരു നേതാവാണ്. ഈ വലിയ നേതാവിന്റെ പ്രഭാവത്തിൽ നിന്നും പ്രഭാവലയത്തിൽനിന്നും ആശ്രിത വാത്സല്യത്തിൽ നിന്നും ഒരുപാട് രണ്ടാമത്തെ കൂട്ടം നേതാക്കന്മാർ ഉണ്ടായിട്ടുണ്ട്. എല്ലാ അർത്ഥങ്ങളിലും കേരളത്തിലെ ഇന്ത്യൻ നാഷണൽ കോൺഗ്രസ്സിന്റെ ഈ വലിയ നേതാവ് നേതാക്കന്മാരുടെയും നേതാവാണ്. അദ്ദേഹത്തിന്റെ ലീഡർ എന്ന പേരിന് ഇങ്ങനെയൊരർത്ഥം കൂടിയുണ്ട്. നേതാവ് എന്ന പദവിക്ക് കരുണാകരൻ ഒരു ഭൂഷണമാണ്. അതുകൊണ്ടുതന്നെയാണ് കോൺഗ്രസ് അദ്ദേഹത്തിന്റെ മഹാവാർദ്ധക്യത്തെയും സർവാത്മ ശിരസ്സിലേറ്റി ആഘോഷിച്ചുകൊണ്ടു നടന്നത്. കെ. കരുണാകരൻ ദേശീയ സ്വാതന്ത്ര്യപ്പോരാട്ടത്തിന്റെ സംസ്കാരത്തിൽ നിന്നും ഗാന്ധിയൻ മൂല്യങ്ങളിൽ നിന്നും ജവഹർലാലിന്റെ രാഷ്ട്രനിർമ്മാണസങ്കൽപ്പങ്ങളിൽ നിന്നും വലതുപക്ഷ ഫാസിസത്തിനെതിരെയുള്ള ഇന്ദിരാഗാന്ധിയുടെ സ്വപ്നങ്ങളിൽ നിന്നുമൊക്കെ ഇന്ത്യയിൽ ഉയർന്നുവന്ന ഒരു നേതാവാണ്.

കെ. കരുണാകരൻ ഇന്ത്യൻ നാഷണൽ കോൺഗ്രസ്സിന്റെ ഒരു പ്രത്യേക നേതാവാണ്. അദ്ദേഹത്തിന്റേത് നേതാവാകാൻ ജനിച്ച ജന്മം തന്നെയാണ്. കരുണാകരൻ മുഖ്യമന്ത്രിയായിരിക്കുമ്പോൾ കരുണാകരൻ അറിയാതെ ഒന്നും കേരളത്തിൽ സംഭവിക്കില്ലായിരുന്നു. അന്നൊക്കെ കരുണാകരനെ കവിഞ്ഞൊരു കേരളമുണ്ടായിരുന്നില്ലെന്നു തന്നെ പറയാം. കരുണാകരന്റെ മുഖത്ത് ഒരിക്കലും കരിപുരളാറില്ല. കരുണാകരന്റേത് എപ്പോഴും വെളുത്ത മുഖമായിരുന്നു. അദ്ദേഹം ചിരിച്ചതെല്ലാം കരുണാകരന്റെ സ്വന്തം ചിരിതന്നെയാണ്. മറ്റുള്ളവർ തന്റെ ചിരിയെ എങ്ങനെ കാണുന്നുവെന്നോ കരുതുന്നുവെന്നോ ആസ്വദിക്കുന്നുവെന്നോ കരുണാകരനൊരിക്കലും പ്രശ്നമായിട്ടില്ല.

നേതൃശേഷി കരുണാകരനിൽ ഒരു കലയായിത്തീർന്നതെങ്ങനെയെന്ന് വാസ്തവത്തിൽ കേരളത്തിനു പിടികിട്ടിയിട്ടില്ല. ആയതിനാൽ കെ. കരുണാകരൻ ഇന്ത്യയിലെ ഒരു സാധാരണ കോൺഗ്രസ് നേതാവൊന്നുമായിരുന്നില്ല. ഈ മനുഷ്യൻ തന്നെ മനസ്സിലാക്കാനും വിലയിരുത്താനും പഠിക്കാനും കോൺഗ്രസ്സുകാരിൽ നിന്നും മലയാളികളിൽനിന്നും മറ്റൊരു ബുദ്ധി ആവശ്യപ്പെട്ടിട്ടുണ്ട്. ഈ ബുദ്ധി, ഈ സവിശേഷ ബുദ്ധി എന്താണെന്നു മനസ്സിലാക്കാൻ കേരളത്തിലെ രാഷ്ട്രീയക്കാർക്ക് കഴിഞ്ഞിട്ടില്ല. രാഷ്ട്രീയക്കാരുടെ ഈ ബുദ്ധിയില്ലായ്മക്കകത്തെവിടെയോ കരുണാകരന്റെ ചിരിയുടെ അർത്ഥം ഒളിഞ്ഞിരിക്കുന്നുണ്ട്. ഇക്കാലത്തെയും ഭാവിയിലേയും കോൺഗ്രസ്സ് നേതാക്കൾക്ക് കരുണാകരനെപ്പോലെ ചിരിക്കാനാവില്ല. കരുണാകരന്റെ ചിരിക്ക് ഗാന്ധിജിയുടെ ചിരിയുമായി ഒരു സാമ്യമുണ്ട്. ആ ചിരികൾ കരുത്തിന്റെയും ധീരതയുടെയുമാണ്. ഈ ചിരിയാണ് കേരളത്തിൽ കോൺഗ്രസ്സിനെ ഊട്ടിവളർത്തിയത്. കോൺഗ്രസ്സിന്റെ ഐക്യകേരളം ഏറ്റവുമധികം ബന്ധപ്പെട്ടിരിക്കുന്നത് കെ. കരുണാകരനോടാണ്.

1957ൽ കമ്മ്യൂണിസ്റ്റുകാർ എം.എൻ. ഗോവിന്ദൻ നായരുടെ നേതൃത്വത്തിൽ പിടിച്ചെടുത്ത കേരളത്തെ കോൺഗ്രസ്സിന്റെ ഭാഗത്തേക്ക് തിരിച്ചുപിടിക്കാൻ കെ. കരുണാകരൻ നടത്തിയപോലൊരു ശ്രമം ആരും നടത്തിയിട്ടില്ല. കരുണാകരൻ പിടിച്ചെടുത്ത കേരളത്തിലെ കോൺഗ്രസ്സിലാണ് പിൽക്കാലത്ത് കോൺഗ്രസ്സുകാർ പ്രവർത്തിച്ചത്. മാളയിൽനിന്ന് ജയിച്ച് ഒമ്പത് എം.എൽ.എമാരെയും കൊണ്ട് കരുണാകരൻ തിരുവനന്തപുരത്തേക്ക് വന്നത് കേരളത്തിലെ കോൺഗ്രസ്സിന്റെ ചരിത്രം തിരുത്തിക്കുറിക്കാൻ തന്നെയായിരുന്നു. കരുണാകരൻ തിരുത്തിക്കുറിച്ച ചരിത്രത്തിനകത്താണ് കേരളത്തിലെ കോൺഗ്രസ്സ് വലുതായത്. കേരളത്തിലെ കോൺഗ്രസ്സ് വലുതാകുന്നത്

കമ്മ്യൂണിസ്റ്റുകാർക്ക് സഹിച്ചില്ല. കരുണാകരനുനേരെ തേജോവധത്തിന്റെ എല്ലാ ആയുധങ്ങളും അവർ എടുത്തുപ്രയോഗിച്ചു. കണ്ണോത്ത് കരുണാകരനെ കള്ളനെന്നു വിളിച്ച് അവർ ആശ്വാസംകൊണ്ടു. എന്നാൽ കരുണാകരന്റേത് സാക്ഷാൽ കള്ളക്കണ്ണന്റെ കളിതന്നെയായിരുന്നു. ശത്രുവിനെ നേരിടൽ കരുണാകരന് ഒരു കലയായിരുന്നു. കമ്മ്യൂണിസ്റ്റുകാർ ഏറ്റവുമധികം ഭയപ്പെട്ട കേരളത്തിലെ കോൺഗ്രസ്സ് നേതാവ് കെ. കരുണാകരനായിരുന്നു. ഭയപ്പെട്ടത് കരുണാകരന്റെ കരുത്തിനെയാണ്. ദൃഢനിശ്ചയത്തെയാണ്. മനഃസമർപ്പണത്തെയാണ്. കരുണാകരൻ തന്റെ ഏത് കർമ്മമണ്ഡലങ്ങളിലും തന്റെ കരുത്തും ആത്മാർത്ഥതയും പൂർണ്ണമായി സമർപ്പിക്കുന്നു. ഈ പൂർണ്ണ സമർപ്പണത്തിന്റെ വിജയമാണ് കരുണാകരൻ നേടിയത്. കരുണാകരന്റെ വിശ്വാസങ്ങളിലും പ്രവർത്തനങ്ങളിലും മായംചേർന്നിരുന്നില്ല. ഗുരുവായൂരപ്പനിലുള്ള വിശ്വാസം തന്നെയാണ് കരുണാകരന് ജവഹർലാൽ നെഹ്റുവിലും ഇന്ദിരാ ഗാന്ധിയിലുമൊക്കെ ഉണ്ടായിരുന്നത്. ദൈവികം എന്ന് വിശേഷിപ്പിക്കാവുന്ന ഒരുതരം ആരാധന തന്നെ കരുണാകരന് നെഹ് റുകുടുംബത്തോടുണ്ടായിരുന്നു. കരുണാകരന്റെ കരുത്തും കഴിവും ആത്മാർത്ഥതയും നെഹ്റുവും ഇന്ദിരാഗാന്ധിയും തിരിച്ചറിയുകയുണ്ടായി. കരുണാകരനിലെ ട്രേഡ് യൂണിയൻ നേതാവിനെ നെഹ്റു ശ്രദ്ധിച്ചിരുന്നു. പനമ്പിള്ളിയിലൂടെയാണ് നെഹ്റു കരുണാകരനെക്കുറിച്ച് മനസ്സിലാക്കിയത്. ഇന്ദിരാഗാന്ധിയാകട്ടെ, കരുണാകരനെ ദേശീയ രാഷ്ട്രീയത്തിലേക്കാഗ്രഹിച്ചു. ദേശീയ രാഷ്ട്രീയത്തെക്കുറിച്ചുള്ള അഭിപ്രായങ്ങൾക്ക് ഇന്ദിരാഗാന്ധി വലിയ വില കൽപ്പിച്ചിരുന്നു. കരുണാകരൻ ദേശീയ രാഷ്ട്രീയം കൈകാര്യം ചെയ്ത ദുർലഭം സന്ദർഭങ്ങളിൽ തിളങ്ങുകയും ചെയ്തു. കേരളത്തിലെ ഏറ്റവും വലിയ കോൺഗ്രസ്സ് നേതാവായിട്ട് മാത്രമല്ല, കേരളത്തിലെ കോൺഗ്രസ്സ് നേതാക്കന്മാരുടെ നേതാവായിട്ടാണ് കരുണാകരനെ ഇന്ദിരാഗാന്ധി കരുതിയത്. ഇന്ദിരയുടെ കഴിവുകളിൽ കരുണാകരന് വലിയ മതിപ്പായിരുന്നു. സവിശേഷമായിരുന്ന കരുണാകരന്റെ സാമാന്യബോധവും തിരിച്ചറിവും. വലിയ വിദ്യാഭ്യാസമൊന്നുമില്ലാതിരുന്ന കരുണാകരന് സ്റ്റെയ്റ്റ്സ്മാൻഷിപ്പ് അനുഗ്രഹമായിത്തന്നെ ലഭിച്ചിരുന്നു. ദൂരക്കാഴ്ചയുള്ള ഒരു രാജ്യതന്ത്രജ്ഞൻ തന്നെയായിരുന്നു കരുണാകരൻ.

ഒരു ഭരണാധികാരിയെന്ന നിലയിൽ കരുണാകരൻ പ്രകടിപ്പിച്ച വൈദഗ്ദ്ധ്യം കേരളത്തിന്റെ വികസനത്തെ വളരെയേറെ മുന്നോട്ടു കൊണ്ടുപോയിട്ടുണ്ട്. കരുണാകരന്റെ വികസന സങ്കൽപ്പം സെമിനാറുകളെയും ചർച്ചകളെയുമൊന്നും ആവശ്യപ്പെട്ടില്ല. മൗലികമായ പ്രായോഗിക ബുദ്ധിയാണ് കരുണാകരൻ വികസന

പ്രവർത്തനങ്ങളിൽ പ്രയോഗിച്ചത്. മൈക്കിലൂടെ ഉറക്കെപ്പറഞ്ഞും പ്രാസമൊപ്പിച്ചുള്ള പ്രസ്താവനകൾ നടത്തിയും മറയുകയായിരുന്നില്ല കരുണാകരൻ. അദ്ദേഹം ചെയ്തുകാണിക്കുകയായിരുന്നു. നിങ്ങൾക്ക് പറയേണ്ടത് ചെയ്തുകാണിക്കുക എന്നതായിരുന്നു വിശ്വാസ പ്രമാണം. നക്സലൈറ്റ് പ്രസ്ഥാനത്തെ നേരിട്ട രീതിയെ മുൻനിർത്തി കമ്മ്യൂണിസ്റ്റുകാർ കരുണാകരനെ ഒരുപാട് കരിവാരിപ്പൂശുകയുണ്ടായി. പോലീസിന്റെ ചില അതിക്രമങ്ങളൊക്കെ ഉണ്ടായിട്ടുണ്ട്. ഗാന്ധിജിയുടെ നാട്ടിൽ സായുധസമരം വേണ്ട എന്ന തീരുമാനത്തിൽ നിന്നാണ് കരുണാകരൻ നക്സലൈറ്റുകളെ തടയാൻ ശ്രമിച്ചത്. നക്സലൈറ്റുകളുടേത് ക്രൂരമായ ഒരു അരാജക പ്രസ്ഥാനമായിരുന്നുവെന്ന് കാലം തെളിയിച്ചു. ഇന്ന് ഇന്ത്യയിലെ ഒരു സംസ്ഥാനത്ത് കമ്മ്യൂണിസ്റ്റ് ഭരണം നേരിടുന്നത് മാവോയിസ്റ്റുകൾ എന്ന സായുധ കലാപകാരികളെയാണ്. പശ്ചിമബംഗാളിലെ അന്നത്തെ ആഭ്യന്തര മന്ത്രി ചെയ്യുന്നതേ നക്സലൈറ്റുകളുടെ കാര്യത്തിൽ കരുണാകരനും ചെയ്തിട്ടുള്ളൂ. കേരളത്തെ ഒരു അരാജകത്വത്തിന്റെ പിടിയിൽ നിന്ന് കരുണാകരൻ മോചിപ്പിക്കുകയാണുണ്ടായത്. ഒരു കോൺഗ്രസ്സ് അധികാരിക്ക് മറ്റെന്താണ് ചെയ്യാൻ കഴിയുക.

കരുണാകരൻ പ്രശ്നങ്ങളെ നേരിടുന്ന രീതി അത്ഭുതവും കൗതുകം നിറഞ്ഞതുമാണ്. ഈ ലേഖകന്റെ മനസ്സിൽ നിന്നും മാഞ്ഞുപോകാത്ത ഒരു രംഗം ഇവിടെ വിവരിക്കാം. മങ്കട രവിവർമ്മ സംവിധാനംചെയ്ത നോക്കുകുത്തി എന്ന സിനിമ വന്ന കാലം. എം. ഗോവിന്ദനായിരുന്നു അതിന്റെ തിരക്കഥ എഴുതിയത്. സംസ്ഥാന സർക്കാരിന്റെ അക്കൊല്ലത്തെ സിനിമാ മത്സരത്തിനു സമർപ്പിക്കാനുള്ള ഡേറ്റ് കഴിഞ്ഞിട്ടാണ് നോക്കുകുത്തിയുടെ പ്രിന്റ് മദ്രാസിൽ നിന്നെത്തിയത്. ഡേറ്റ് കഴിഞ്ഞതുകൊണ്ട് പി.ആർ.ഡി. സ്വീകരിച്ചില്ല. അന്നത്തെ പി.ആർ.ഡി. ഡയറക്ടർ ഒരു ധീര വീരശൂരപരാക്രമിയായിരുന്നു. ഞാൻ എത്ര കെഞ്ചിയിട്ടും അദ്ദേഹം സ്വീകരിച്ചില്ല. കലാകൗമുദിയിലെ അന്നത്തെ സർക്കുലേഷൻ മാനേജരായിരുന്ന കെ. ശ്രീകുമാർ ഒരു വിദ്യ പറഞ്ഞു തന്നു. നമുക്ക് കരുണാകരൻ സാറിനെ കാണാം.

കരുണാകരനോട് നല്ല അടുപ്പമുള്ള ആളായിരുന്നു ശ്രീകുമാർ. എന്നെയും കൂട്ടി കരുണാകരന്റെ അടുത്തേക്കു പോയി. രാവിലെ ഒമ്പതുമണിക്ക് ചെന്ന ഞങ്ങൾ ഉച്ചയ്ക്ക് രണ്ടുമണിക്ക് കരുണാകരൻ വരുന്നതുവരെ കാത്തിരുന്നു. മൂന്നു മണിക്കാണ് ഞങ്ങളെ വിളിച്ചത്. കാര്യമൊക്കെ പറഞ്ഞു. ഗോവിന്ദന്റെയും മങ്കടയുടെയും പേരൊക്കെ എടുത്തിട്ടു. ഗോവിന്ദൻ മദ്രാസിൽ തന്നെയാണോ എന്ന് കരുണാകരൻ

ചോദിച്ചു. ഡേറ്റിനൊക്കെ കൊടുക്കണ്ടേയെന്ന് വെറുപ്പേതുമില്ലാതെ ചെറുതായൊന്നു ശാസിച്ചു.

പി.ആർ.ഡി.ഡയറക്ടറെ വിളിക്കാൻ പറഞ്ഞു. അദ്ദേഹം അപ്പോൾ സീറ്റിലില്ലായിരുന്നു. വന്നാൽ ഇങ്ങോട്ട് വിളിക്കാൻ പറഞ്ഞു. അടുത്ത നിമിഷം തന്നെ ഡയറക്ടർ വിളിക്കുന്നു. കരുണാകരൻ ഡയറക്ടറോട് പറയുന്നു. കരുണാകരനാണ്, ഞാൻ ഒരു സിനിമ എടുത്തിട്ടുണ്ട്. നോക്കുകുത്തി എന്നാണ് പേര്. കഥയും തിരക്കഥയും സംവിധാനവു മൊക്കെ കെ. കരുണാകരൻ തന്നെ. ഇക്കൊല്ലത്തെ മത്സരത്തിൽ എന്റെ സിനിമ കൂടി ഉൾപ്പെടുത്തണം. സിനിമ സ്വീകരിച്ച് എന്നെ സഹായിക്കണം.

ഫോൺ പൊടുന്നനെയങ്ങ് വച്ചു. എന്നിട്ട് ഞങ്ങളെ നോക്കി കണ്ണി റുക്കി ചെറുതായൊന്ന് പുഞ്ചിരിച്ചുകൊണ്ട് പറഞ്ഞു. കൊണ്ടുപോയി കൊടുത്തേക്ക്. എടുത്തോളും.

സിനിമയുമായി ചെന്നപ്പോൾ ഡയറക്ടർ അമർഷത്തോടെയാണ് ഞങ്ങളെ നോക്കിയത്. സിനിമ സമർപ്പിച്ച് പുറത്തിറങ്ങി ഞങ്ങളും കരുണാകരനെപ്പോലെ കണ്ണിറുക്കി ഒന്നു പുഞ്ചിരിച്ചു. ആ പുഞ്ചിരിയും കണ്ണിറുക്കലും ഇനി ഓർമ്മകളിൽ മാത്രം.

വികസനം - ലീഡറുടെ അജണ്ട

എ.സി. ജിപ്സൺ

ആറു പതിറ്റാണ്ടു രാഷ്ട്രീയത്തിലും കാൽ നൂറ്റാണ്ട് തുടർച്ചയായി ഭരണരംഗത്തും സാന്നിദ്ധ്യമറിയിച്ച ഭീഷ്മാചാര്യർ മൺമറഞ്ഞിട്ട് ഇന്നേക്ക് പന്ത്രണ്ട് വർഷം. ഭൗതികതയിൽനിന്നും പടിയിറങ്ങിയെങ്കിലും കേരളത്തിന്റെ രാഷ്ട്രീയ മനസ്സിൽ അനശ്വരപ്രതിഷ്ഠയായി, സൂര്യതേജസ്സോടെ ലീഡർ ശോഭിക്കുന്നു. ഇന്നും പടവെട്ടലിന്റെയും ചെറുത്തുനിൽപ്പിന്റെയും ഉയിർത്തെഴുന്നേൽപ്പിന്റെയും വീരകഥകൾ പറയാനുള്ള ജീവിതം, ഭാവി തലമുറയ്ക്കുള്ള ഏറ്റവും വലിയ പാഠപുസ്തകമായി സമ്മാനിച്ചാണു ലീഡർ വിടപറഞ്ഞത്. കേരള രാഷ്ട്രീയത്തിലെ ഒരു യുഗത്തിന്റെ അന്ത്യമായിരുന്നു ആ മടക്കം.

സംസ്ഥാനത്തിന്റെ വികസന മണ്ഡലത്തിൽ കരുണാകരനോളം കൈയൊപ്പ് പതിപ്പിച്ച മറ്റൊരു രാഷ്ട്രീയ നേതാവില്ല. നാലുതവണ മുഖ്യമന്ത്രിയായ ലീഡർ കേരളത്തിന്റെ ഭാവി ഭാഗധേയം നിർണയിച്ചു. കാർഷിക മേഖല മുതൽ വ്യോമയാന വികസനം വരെ കേരളത്തിൽ സാക്ഷാത്കരിച്ച ഈ ഭരണ തന്ത്രജ്ഞനു പകരംവയ്ക്കാൻ ഒരു നേതാവ് ഇന്നു കേരളത്തിലില്ല.

കെ. കരുണാകരൻ മുഖ്യമന്ത്രിയായിരിക്കുമ്പോൾ കൊണ്ടുവന്ന കാർഷിക-വ്യവസായ നയങ്ങൾ ഈ മേഖലകളിലുണ്ടാക്കിയ മാറ്റം അത്ഭുതപ്പെടുത്തുന്നതാണ്. കൃഷി ഒരു സ്ഥിരം തൊഴിൽ എന്ന സങ്കൽപം ഉണ്ടാക്കിയതുതന്നെ ലീഡറുടെ കാലത്താണ്. യുവാക്കളെ കാർഷികവൃത്തിയിലേക്ക് ആകർഷിക്കുന്നതിനുള്ള ശ്രമങ്ങൾ നടത്തി വിജയിക്കാനായതും കരുണാകരന്റെ ഭരണമികവ്.

അധികാര വികേന്ദ്രീകരണത്തിനു സംസ്ഥാനത്തു പുതുജീവൻ നൽകിയ ഭരണകർത്താവാണു ലീഡർ. പഞ്ചായത്ത്, നഗരപാലിക ബില്ലുകൾ പാസാക്കിയതും മലയോര കർഷകർക്കു പട്ടയം നൽകുന്ന നടപടികൾ ആരംഭിച്ചതും അദ്ദേഹമാണ്. ഗ്രാമസഭകളും താലൂക്ക് സഭകളും സജീവമാക്കാൻ ലീഡർ അക്ഷീണം പ്രയത്നിച്ചു. മുഖ്യമന്ത്രി ജനങ്ങൾക്കിടയിലേക്ക് ഇറങ്ങിച്ചെല്ലുന്നതിനു സ്പീഡ് പ്രോഗ്രാം സംഘടിപ്പിച്ചു. രാജീവ്ഗാന്ധി ദശലക്ഷ പാർപ്പിട പദ്ധതിയും കരുണാകരന്റെ ഭരണനേട്ടങ്ങളിലെ പൊൻതൂവൽ. ജനകീയ പ്രശ്നപരിഹാരത്തിനു പുതിയ മാതൃകകൾ പരീക്ഷിച്ച ലീഡർ അങ്ങനെ ജനകീയ ഭരണാധികാരിയായി.

കൊച്ചി കലൂർ രാജ്യാന്തര ഇന്റർനാഷണൽ സ്റ്റേഡിയവും നെടുമ്പാശേരി വിമാനത്താവളവും കരുണാകരന്റെ വികസനകാഴ്ചപ്പാടിന്റെയും ഭരണമികവിന്റെയും പ്രത്യക്ഷ ഉദാഹരണങ്ങൾ. സ്വകാര്യ-പൊതുമേഖലാ പങ്കാളിത്തത്തോടെ കേരളത്തിൽ വിമാനത്താവളം നിർമിക്കുന്നു എന്നതു കേന്ദ്ര സർക്കാർപോലും ഏറെ അത്ഭുതത്തോടെയാണു വീക്ഷിച്ചത്. ജിസിഡിഎയുടെ ഉടമസ്ഥതയിൽ കലൂരിൽ നിർമിച്ച ഇന്റർനാഷണൽ സ്റ്റേഡിയത്തിനു പുറമേ കേരളത്തിന്റെ കായിക മേഖലയുടെ അഭിമാനമായി കടവന്ത്രയിൽ രാജീവ്ഗാന്ധിയുടെ പേരിൽ ഒരു ഇൻഡോർ സ്റ്റേഡിയം നിർമിക്കുന്നതിലും അദ്ദേഹം ശ്രദ്ധിച്ചു.

ഇൻഫർമേഷൻ ടെക്നോളജി ഇന്നത്തെപ്പോലെ വികാസം പ്രാപിക്കുന്നതിന് എത്രയോ മുൻപ് തിരുവനന്തപുരത്ത് ടെക്നോ പാർക്ക് സ്ഥാപിക്കാൻ കരുണാകരൻ എന്ന മുഖ്യമന്ത്രിക്കു കഴിഞ്ഞു- രാജ്യത്തു തന്നെ അത്തരത്തിലെ ആദ്യത്തെ സംരംഭം.

ഊർജമേഖലയുടെ ഭാവി വികസനത്തിനായി കായംകുളത്തു താപവൈദ്യുതി നിലയം നിർമിക്കുന്നതിനു കേന്ദ്രാനുമതി സമ്പാദിച്ചതു കരുണാകരനായിരുന്നു. എറണാകുളം ബ്രഹ്മപുരത്ത് 100 മെഗാവാട്ടിന്റെ ഡീസൽ വൈദ്യുതി നിലയങ്ങളും അതി ബൃഹത്തായ വൈദ്യുതി പദ്ധതികളും ആരംഭിക്കുന്ന നടപടികൾ തുടങ്ങിക്കഴിഞ്ഞു. കരുണാകരൻ എന്ന മുഖ്യമന്ത്രിയുടെ ദീർഘവീക്ഷണത്തിന്റെ ഏറ്റവും നല്ല ഉദാഹരണങ്ങളാവുകയാണ് ഈ രണ്ട് ഊർജ പദ്ധതികളും. ജലവൈദ്യുതി മേഖലയിൽ കരുണാകരന്റെ സംഭാവനയാണു 750 കോടിയുടെ പൂയംകുട്ടി വൈദ്യുത പദ്ധതി. ഇതിനു കേന്ദ്ര സർക്കാറിന്റെ അനുമതി നേടിയെടുക്കാൻ അക്ഷീണം പ്രവർത്തിച്ചത് ലീഡറാണ്.

കൊച്ചിയുടെ ഭാഗമായിരുന്നിട്ടും നഗരത്തിന്റെ സൗകര്യങ്ങളിൽ നിന്നെല്ലാം ഒറ്റപ്പെട്ടു കിടന്ന ഗോശ്രീ ദ്വീപുകളെ നഗരത്തോടു

ചേർത്തതു ലീഡറാണ്. ഇതിനായി ഗോശ്രീ ഐലന്റ്സ് ഡെവലപ്മെന്റ് അഥോറിറ്റി (ജിഡ) എന്നൊരു സർക്കാർ സംവിധാനം രൂപീകരിച്ചു. ഹൈക്കോടതി റോഡിൽ നിന്നു തുടങ്ങി വൈപ്പിൻ വരെ നീളുന്ന മൂന്നുപാലങ്ങളിലൂടെ എറണാകുളത്തിന്റെ വടക്കുപടിഞ്ഞാറൻ ദ്വീപുകൾ ഇന്നു നഗരത്തിന്റെ ഭാഗമായിരിക്കുന്നു. ദ്വീപ് സമൂഹങ്ങളുടെ സമഗ്ര വികസനത്തിനായി ജിഡയുടെ നേതൃത്വത്തിൽ കൊച്ചിയിൽ ഇപ്പോഴും വമ്പൻ വികസന പദ്ധതികൾ നടക്കുകയാണ്.

കെ. കരുണാകരൻ മന്ത്രിസഭയിൽ വിദ്യാഭ്യാസ മന്ത്രിയായിരിക്കുമ്പോഴാണ് ടി.എം. ജേക്കബ് പ്രീഡിഗ്രി ബോർഡ് എന്ന ആശയം ആദ്യമായി അവതരിപ്പിച്ചത്. കോളേജുകളിൽ നിന്നു പ്രീഡിഗ്രി വേർപെടുത്തി ബിരുദ വിദ്യാഭ്യാസം കാര്യക്ഷമമാക്കുകയും പ്രീഡിഗ്രി പ്രത്യേക വിഭാഗമാക്കുകയുമായിരുന്നു സർക്കാറിന്റെ ആശയം. കരുണാകരന്റെ അനുഗ്രഹാശിസ്സുകളോടെ ജേക്കബ് അവതരിപ്പിച്ച ഈ ബില്ലിന്റെ പേരിൽ ഒരു മന്ത്രിസഭതന്നെ താഴെപ്പോയി. മാറിവന്ന ഇടതു സർക്കാർ പ്രീഡിഗ്രി ബോർഡ് റദ്ദാക്കി. പകരം അതേ മന്ത്രിസഭതന്നെ ഇന്നത്തെ പ്ലസ് ടു സമ്പ്രദായം കൊണ്ടുവന്നു. പ്രീഡിഗ്രി ബോർഡിന്റെ അതേ ആശയത്തിൽ കണ്ണൂർ, കാലടി സർവകലാശാലകൾ വിദ്യാഭ്യാസ മേഖലയിൽ കരുണാകരന്റെ സംഭാവനകളാണ്. കരുണാകരൻ മുഖ്യമന്ത്രിയായിരുന്ന കാലങ്ങളിലെല്ലാം സംസ്ഥാനത്തു പുതിയ പ്രൊഫഷനൽ കോളേജുകൾ ആരംഭിച്ചു. വിദ്യാഭ്യാസ മേഖലയുടെ സമഗ്ര ഉന്നമനമായിരുന്നു ലീഡറുടെ സ്വപ്നം.

60 വർഷത്തെ രാഷ്ട്രീയ ജീവിതത്തിനിടയിൽ ലീഡർ കൈതൊടാത്ത മേഖലകളില്ല. ട്രേഡ് യൂണിയൻ നേതാവ് എന്ന നിലയിൽ തുടങ്ങിയ രാഷ്ട്രീയ ജീവിതം ഇന്ദ്രപ്രസ്ഥത്തിന്റെ അകത്തളങ്ങളെപ്പോലും നിയന്ത്രിക്കാൻപോന്ന കിങ്ങ് മേക്കർ പദവിവരെ എത്തിച്ചു. കേരളത്തിൽ മറ്റൊരു കോൺഗ്രസ് നേതാവിനും അവകാശപ്പെടാനാവാത്ത ഉയരങ്ങളിലെത്തിയ ലീഡർ, ഈ അധികാരവും സമ്മർദ്ദ ശേഷിയുമെല്ലാം കേരള വികസനത്തിനും ജനക്ഷേമത്തിനുംവേണ്ടി ഉപയോഗിപ്പെടുത്തിയെന്നതാണ് അദ്ദേഹത്തെ വ്യത്യസ്ഥനാക്കുന്നത്.

അധികാര നിർവഹണത്തിനിടെ ഇത്രയധികം പ്രതിസന്ധികളെ നേരിട്ട മറ്റൊരു ഭരണാധികാരിയുണ്ടാവില്ല. സ്വന്തം താത്പര്യങ്ങൾ സംരക്ഷിക്കുന്നതിൽ പിശുക്കു കാട്ടാതിരുന്ന കരുണാകരൻ ഇതിന്റെ പേരിൽ കേട്ട പഴികളും ചില്ലറയല്ല. പക്ഷേ, ഒന്നും കരുണാകരന്റെ ഊർജ്ജം കെടുത്തിയില്ല.

ഇന്നു കേരളം ലീഡർക്കു സ്മരണാഞ്ജലി അർപ്പിക്കുന്നു. കക്ഷി ഭേദമില്ലാതെ ആ മഹദ് വ്യക്തിത്വത്തിനു മുന്നിൽ തൊഴുകൈകളോടെ നിൽക്കുകയാണു രാഷ്ടീയ കേരളം. രാഷ്ട്രീയ-ഭരണ തന്ത്രങ്ങളിൽ നമ്മൾ ഇനിയും വളരെയേറെ വളരാനിരിക്കുന്നു എന്ന സന്ദേശം നൽകി ഒരു കള്ളച്ചിരിയോടെ എല്ലാവർക്കും മുന്നിൽ ലീഡർ.

'ഡിവൈൻ ക്വാളിറ്റി'യുള്ള ഒരമ്മ

എം.പി. ഗംഗാധരൻ

1962-ലാണ് ഞാൻ കോൺഗ്രസ്സിൽ ചേരുന്നത്. സോഷ്യലിസ്റ്റുപാർട്ടിയിൽ നിന്നുമാണ് ഞാനും സഹപ്രവർത്തകരും ഇന്ത്യൻ നാഷണൽ കോൺഗ്രസ്സിൽ ചേർന്നു പ്രവർത്തിക്കാൻ തീരുമാനിക്കുന്നത്. മഞ്ചേരിക്കു സമീപം കോട്ടപ്പുറത്തു ചേർന്ന സമ്മേളനത്തിൽവെച്ചാണ് കെ.പി.സി.സി. പ്രസിഡണ്ട് ശ്രീ. സി. കെ. ഗോവിന്ദൻ നായർ എനിക്ക് കോൺഗ്രസ്സിൽ അംഗത്വം നൽകിയത്. കമ്യൂണിസ്റ്റ് പാർട്ടിയിൽ നിന്നു വന്ന നിലമ്പൂരിലെ ഡോ. ഉസ്മാൻ, ഡോ. കെ.വി. മേനോൻ തുടങ്ങിയ ഒരുപാടുപേർ ആ സമ്മേളനത്തിൽവെച്ച് കോൺഗ്രസ്സിൽ ചേർന്നു.

1967ലെ തെരഞ്ഞെടുപ്പിൽ കൊണ്ടോട്ടിയിലെ കോൺഗ്രസ് സ്ഥാനാർത്ഥി ഞാനായിരുന്നു. ആ തെരഞ്ഞെടുപ്പിൽ സംസ്ഥാനത്താകെ ഒൻപതു സ്ഥാനാർത്ഥികളാണ് ജയിച്ചത്. ആന്റി കോൺഗ്രസ് തരംഗത്തിന്റെ മലവെള്ളപ്പാച്ചിലിൽ ഞാനും ഒഴുകിപ്പോയി. പക്ഷെ, മലപ്പുറം ജില്ലയിലെ കോൺഗ്രസ് സ്ഥാനാർത്ഥികളിൽ ഏറ്റവും കൂടുതൽ വോട്ടു ലഭിച്ചത് എനിക്കായിരുന്നു. 14,000ത്തിൽ പരം വോട്ടുകൾ. തിരൂരിൽ ആർ. മുഹമ്മദിന് 12,000ത്തിൽ പരം വോട്ടുകളും, നിലമ്പൂരിൽ ആര്യാടൻ മുഹമ്മദിന് 10,000ത്തിൽ പരം വോട്ടുകളുമാണ് ലഭിച്ചതെന്നാണ് എന്റെ ഓർമ്മ.

1968ൽ കോൺഗ്രസ് പിളർന്നു. 1969ൽ നിലമ്പൂരിലെ കുഞ്ഞാലികൊലക്കേസ്, നിലമ്പൂർ എം.എൽ.എ ആയിരുന്ന കുഞ്ഞാലി കൊലചെയ്യപ്പെട്ടു. അതേ തുടർന്നുണ്ടായ ഉപതെരഞ്ഞെടുപ്പിൽ ഞാൻ കോൺഗ്രസ്

സ്ഥാനാർത്ഥിയായി. കോൺഗ്രസ്സിനെതിരായി അതിശക്തമായ പ്രചരണമായിരുന്നു അന്ന് നിലമ്പൂരിൽ അരങ്ങേറിയത്. പക്ഷെ എന്റെ 35-ാമത്തെ വയസ്സിൽ 5,000ത്തിൽപരം വോട്ടുകളുടെ ഭൂരിപക്ഷത്തോടെ ഞാൻ അസംബ്ലിയിലെത്തി. 1970 ആഗസ്റ്റ് മാസത്തിലായിരുന്നു നിലമ്പൂർ ഉപതെരഞ്ഞെടുപ്പ്.

എം.എൽ.എ ആയി സത്യപ്രതിജ്ഞ ചെയ്യുന്നതിനുവേണ്ടി തിരുവനന്തപുരത്തേക്കു പോകുന്ന വഴി ഞാൻ തൃശ്ശൂരിൽ ഇറങ്ങി. പ്രതിപക്ഷ നേതവായിരുന്ന ശ്രീ. കരുണാകരനെ സന്ദർശിക്കുന്നതിനു വേണ്ടിയാണ് തൃശ്ശൂരിൽ ഇറങ്ങിയത്. ആദ്യമായിട്ടാണ് ഞാൻ ലീഡറുടെ വീട്ടിൽ പോകുന്നത്. ഞാൻ 'മുരളി മന്ദിര'ത്തിൽ ചെല്ലുമ്പോൾ പക്ഷെ, അദ്ദേഹം അവിടെ ഉണ്ടായിരുന്നില്ല. ലീഡറുടെ സഹധർമ്മിണി ശ്രീമതി. കല്ല്യാണിക്കുട്ടി അമ്മയാണ് അന്ന് എന്നെ മുരളി മന്ദിരത്തിൽ സ്വീകരിച്ചത്. ഞാൻ ആദ്യമായിട്ടാണ് ആ 'അമ്മ'യെ കാണുന്നത്. ലളിതമായ ഖാദിവസ്ത്രം. ബാഹ്യരൂപംപോലെ തന്നെ ലളിതമായ പെരുമാറ്റം. ശിശു സഹജവും നിഷ്കപടവുമായ പുഞ്ചിരി. ആ അമ്മയെപ്പറ്റി ഉയർന്ന ബഹുമാനവും ആദരവുമാണ് എന്റെ മനസ്സിൽ രൂപം കൊണ്ടത്. അതിനുശേഷം നൂറുനൂറു തവണ അവരെ കണ്ടപ്പോളൊക്കെ കുലീനമായ ആ അമ്മയോടുള്ള സ്നേഹ ബഹുമാനാദികൾ ശതഗുണീഭവിക്കുക മാത്രമേ ചെയ്തിട്ടുള്ളൂ. കല്ല്യാണിക്കുട്ടി അമ്മ എന്നെ ആദ്യമായി കാണുകയായിരുന്നുവെങ്കിലും ദീർഘകാലത്തെ പരിചയവും സൗഹൃദവും ഉള്ള ഒരാളോടു സംസാരിക്കുന്നതും ഇടപഴകുന്നതും പോലെയാണ് അവർ എന്നെ സൽക്കരിച്ചത്. എന്നെപ്പറ്റിയുള്ള ഒരുപാട് കാര്യങ്ങൾ അവർ മനസ്സിലാക്കിയിരുന്നു. പത്രദ്വാരാ എന്റെ പടവും അവർ ശ്രദ്ധിച്ചിരുന്നു.

മുരളീമന്ദിരത്തിൽ എത്തിയ എന്നോട് ആദ്യമായി കല്ല്യാണിക്കുട്ടി അമ്മ ചോദിച്ചത് "കഴിക്കാൻ എന്താണ് എടുക്കേണ്ടത്" എന്നായിരുന്നു. എന്റെ ഇഷ്ടപ്രകാരം ചായ ഉണ്ടാക്കിതന്ന അവർ, തന്റെ വീട്ടിൽ വരുന്ന ആരോടും ഏത് അതിഥിയോടും ആദ്യം ചോദിക്കുക ഇതുതന്നെ ആയിരിക്കും. ഒടുവിൽ, അവർ അമേരിക്കയിൽ ചികിത്സക്കുവേണ്ടി പോകുന്നതിന് മുമ്പ് ഡൽഹിയിൽവെച്ച് ഞാൻ അമ്മയെ കണ്ടപ്പോൾ വരെ എല്ലായ്പ്പോഴും ഈ ചോദ്യം ആവർത്തിക്കാറുണ്ടായിരുന്നു. ലീഡറുടെ സഹപ്രവർത്തകരും സുഹൃത്തുക്കളുമായി അദ്ദേഹത്തിന്റെ വീട്ടിൽ പോയിട്ടുള്ള ഏതൊരാൾക്കും കല്ല്യാണിക്കുട്ടി അമ്മയുടെ കളങ്കലേശമില്ലാത്ത ഈ ആഥിത്യം സ്വീകരിക്കാൻ ഭാഗ്യം സിദ്ധിച്ചിട്ടുണ്ടാകും.

വിനയവും ലാളിത്യവും, സഹജീവിസ്നേഹവും, ഭൂതദയയും, ആതിഥ്യമര്യാദയും മാത്രമായിരുന്നില്ല അവരുടെ സവിശേഷതകൾ. രാഷട്രീയത്തിന്റെ മുഴുവൻ 'പൾസും' അവർ ഗ്രഹിച്ചിരുന്നു എന്നാണ് എനിക്കു മനസ്സിലാക്കാൻ കഴിഞ്ഞിട്ടുള്ളത്. സജീവവും പ്രത്യക്ഷവുമായ രാഷ്ട്രീയ പ്രവർത്തനത്തിൽ അവർക്ക് താൽപ്പര്യം അശേഷം ഉണ്ടായിരുന്നില്ലെങ്കിൽ തന്നെ, രാഷ്ട്രീയത്തിലെ കാലിക സംഭവവികാസങ്ങളെ അവർ സൂക്ഷ്മ നിരീക്ഷണം ചെയ്യുകയും, രാഷ്ട്രീയ വ്യക്തിത്വങ്ങളെക്കുറിച്ച് മനസ്സിലാക്കാൻ ശ്രമിക്കുകയും ചെയ്തിരുന്നു. അതേ സമയം, തന്റെ ഭർത്താവിന്റെ രാഷ്ട്രീയ പ്രവർത്തനത്തിൽ കടുകിടപോലും അവർ ഇടപെട്ടതുമില്ല. ഭക്ഷണം തയ്യാറാക്കുകയും, ഭർത്താവിനെ ശുശ്രൂഷിക്കുകയും, കുട്ടികളെ വളർത്തുകയും മാത്രം ചെയ്യുന്ന ഒരു സാധാരണ വീട്ടമ്മയെപ്പോലെ ആയിരുന്നില്ല അവർ. തനിക്കുചുറ്റും നടക്കുന്ന കാര്യങ്ങളെക്കുറിച്ച് തികച്ചും ബോധവതിയായിരുന്നു അവർ. വെറുതെ അറിയാൻവേണ്ടി മാത്രമുള്ള അറിവ്.

ഒരാളെ ഒരിക്കൽ പരിചയപ്പെട്ടാൽ, പിന്നെ എപ്പോൾ, എവിടെ വച്ച് കണ്ടാലും തിരിച്ചറിയുന്ന ലീഡറുടെ അതേ പ്രകൃതംതന്നെ ആയിരുന്നു അദ്ദേഹത്തിന്റെ പത്നിക്കും ഉണ്ടായിരുന്നത്. പൂങ്കുന്നത്തെ മുരളി മന്ദിരത്തിൽ വെച്ച് 1970 ൽ ആദ്യമായി കണ്ട അന്നുമുതൽ, അമേരിക്കയിൽ ചികിത്സക്കു പോകുന്നതിനായി ഡൽഹിയിൽ എത്തി മുരളിയുടെ ഫ്ളാറ്റിൽ വിശ്രമിക്കുമ്പോൾ അവസാനമായി കണ്ടതുവരെ എപ്പോൾ അവരെ കണ്ടാലും ഒരമ്മ മകനോടെന്നപോലെ അവരുടെ സ്നേഹധാര എന്നിലേക്കു പ്രവഹിക്കാറുണ്ടായിരുന്നു. ആഴ്ചയിൽ ഒരുതവണയെങ്കിലും ഞാൻ അമ്മയെ കാണുക പതിവാണ്. അപ്പോഴൊക്കെ എനിക്ക് ചായയും പലഹാരങ്ങളും നൽകി നിർബ്ബന്ധിച്ച് കഴിപ്പിക്കും. എന്റെ മുഖഭാവത്തിൽ നിന്നും എന്തെങ്കിലും വിഷമമുള്ളതായി തോന്നിയാൽ ആശ്വസിപ്പിക്കയും, ഭാര്യയുടെയും മക്കളുടെയും വിശേഷങ്ങൾ തിരക്കുകയും എന്നോട് കുശലം പറയുകയും ചെയ്തിട്ടേ അവർ അകത്തേക്കു പോകൂ. എത്രയോ വലിയ ഒരു നേതാവിന്റെ - ഭരണാധികാരിയുടെ- ഭാര്യയാണെന്നുള്ള യാതൊരു അഹംഭാവവും അവരിൽ ഉണ്ടായിരുന്നില്ല.

ബൈ-പാസ് ഓപ്പറേഷൻ ചെയ്യാൻ അവർക്ക് ഭയമായിരുന്നു. അതു സ്വാഭാവികമാണു താനും. ബൈ-പാസ് ശസ്ത്രക്രിയ എന്നു പറയുമ്പോൾ ഏതൊരാൾക്കും ചെറിയ പേടി തോന്നും. യു.എസ്സിൽ ഓപ്പറേഷനു പോകാൻവേണ്ടി അവർ ഡൽഹിയിൽ മുരളിയുടെ വീട്ടിൽ തങ്ങുകയാണ്. അവരെ യാത്രയാക്കുന്നതിനുവേണ്ടി ഞാൻ ഡൽഹിയിൽ

എത്തി. ബൈ-പാസ് ശസ്ത്രക്രിയ ചെയ്യുന്നതിൽ പേടിക്കാൻ യാതൊന്നും ഇല്ലെന്ന് ഞാൻ അവരെ പറഞ്ഞു മനസ്സിലാക്കി. എനിക്ക് മുമ്പ് ബൈ-പാസ് ശസ്ത്രക്രിയ ചെയ്തിരുന്നതിന്റെ അനുഭവംവെച്ചുകൊണ്ടാണ് ഞാൻ സംസാരിക്കുന്നതെന്ന് അമ്മയ്ക്കറിയാം. മുരളിയുടെ, ലോക്സഭാംഗങ്ങൾക്കുള്ള, ആ ബംഗ്ലാവിൽവെച്ച് ഞാൻ അമ്മയുമായി ശസ്ത്രക്രിയയെപ്പറ്റി കുറെ നേരം വർത്തമാനം പറഞ്ഞു. അതോടുകൂടി അവർക്ക് കുറെയൊക്കെ ധൈര്യവും ആത്മവിശ്വാസവും കിട്ടി. അന്ന് ഡൽഹിയിൽ നിന്നു ഞാൻ പിരിഞ്ഞുപോരുമ്പോൾ സുസ്മേരവദനയായിട്ടാണ് ഞാൻ അവരെ കാണുന്നത്. ഞാൻ ഡൽഹിയിൽ നിന്ന് തിരിച്ചെത്തുന്നതിന് മുമ്പായി കല്ല്യാണിക്കുട്ടി അമ്മ തിരുവനന്തപുരത്തു ലീഡറെവിളിച്ച്, ഞാൻ അവിടെ ചെന്നതും അവരെ ആശ്വസിപ്പിച്ചതും, ശസ്ത്രക്രിയയെപ്പറ്റി പറഞ്ഞതുമൊക്കെ വിശദമായി സംസാരിച്ചിരിക്കുന്നു. വളരെ സന്തോഷത്തോടും, ആത്മവിശ്വാസത്തോടും കൂടിയാണ് അമ്മ ലീഡറുമായി ഫോണിൽ സംസാരിച്ചത്.

രാഷ്ട്രീയക്കാരന്റെ ജീവിതം എന്നും സംഘർഷ നിർഭരമാണല്ലോ. മനസ്സിനെ അലട്ടുന്ന എന്തെങ്കിലും പ്രശ്നങ്ങളുമായി കഴിയുമ്പോൾ അമ്മയെ കണ്ടാൽ മതി ആശ്വാസമായി. കാണുമ്പോഴേ അവർക്കറിയാം മനസ്സിൽ എന്തൊക്കെയോ ഉണ്ടെന്ന്. ഇച്ഛാഭംഗമോ, നിരാശയോ, ആരുടേയെങ്കിലും അടുത്ത് തെറ്റിദ്ധരിക്കപ്പെടുകയോ അങ്ങനെ എന്തെങ്കിലും. ആ മുഹൂർത്തത്തിൽ അമ്മയുടെ സാമീപ്യം ഒരനുഗ്രഹമാണ്. അവർ സമാശ്വസിപ്പിക്കും. “വിഷമിക്കേണ്ട, എല്ലാം ശരിയാകും” എന്ന അമ്മയുടെ സാന്ത്വനം അക്ഷരാർത്ഥത്തിൽ തന്നെ ആശ്വാസദായകമായിരിക്കും. അവരുമായുള്ള ദീർഘകാലത്തെ സൗഹൃദത്തിനിടക്ക് ഇത്തരം ഒട്ടുവളരെ അനുഭവങ്ങൾ എനിക്കുണ്ടായിട്ടുണ്ട്.

ഒരു ഉദാഹരണം പറയാം. 1986 ഏപ്രിൽ മാസത്തിൽ കെ.പി.സി.സി. പ്രസിഡണ്ട് സി.വി. പത്മരാജൻ എന്നെ കോൺഗ്രസിൽ നിന്നു സസ്പെൻഡ് ചെയ്തു. യാതൊരു കാരണവും കൂടാതെ ആയിരുന്നു ഈ പുറത്താക്കൽ. കോൺഗ്രസ്സിലെ അന്നത്തെ ചില ഗ്രൂപ്പുഗൂഢാലോചനയുടെ ഫലമായിട്ടായിരുന്നു എന്നെ പാർട്ടിയിൽ നിന്ന് സസ്പെൻഡു ചെയ്തത്. പക്ഷെ ഞാൻ കോൺഗ്രസ്സിൽ നിന്നു മാറിയില്ല. അന്നും ഒരു കോൺഗ്രസ്സുകാരനായി തന്നെ കഴിഞ്ഞു. എന്നെ പുറത്താക്കിയതിനെതിരെ ലീഡർ ശക്തമായി പ്രതികരിച്ചു. എനിക്കുവേണ്ടി അദ്ദേഹം വാദിക്കുകയും ചെയ്തു. എ.ഐ.സി.സി പ്രസിഡണ്ട് രാജീവ്ഗാന്ധിക്ക് റിവിഷൻ കൊടുക്കാൻ ലീഡർ എന്നോട് പറഞ്ഞു. റിവിഷൻ പെറ്റീഷൻ ലീഡർ തന്നെയാണ് ഡൽഹിയിൽ കൊണ്ടുപോയി രാജീവ് ഗാന്ധിക്കു

നൽകിയത്. നാലുമാസം കഴിഞ്ഞു. യാതൊരു നടപടിയും ഉണ്ടാകുന്നില്ല. അപ്പോഴും ഇടക്കിടെ ഞാൻ ക്ലിഫ് ഹൗസിൽ പോകും. എന്നും ഇന്ദിരാഗാന്ധിയുടെ കൂടെ ഉറച്ചുനിന്നിട്ടുള്ള ഞാൻ പ്രിയദർശിനി കോൺഗ്രസ്സ് എന്ന പേരിൽ ഒരു പ്രവർത്തന വേദി രൂപീകരിച്ചു. പ്രിയദർശിനി കോൺഗ്രസ്സ് ഉണ്ടാക്കിയതിനുശേഷവും ഞാൻ ക്ലിഫ് ഹൗസിൽ പോയി ലീഡറെയും അമ്മയെയും കാണും. ഞാൻ മാനസികമായി വളരെയേറെ വേദനിച്ചിരുന്ന ഒരു കാലയളവായിരുന്നു അത്. ക്ലിഫ് ഹൗസിൽ ചെന്ന് അമ്മയെ കണ്ടാൽ ഉടൻ എനിക്കു ചായ തരും. "ഗംഗാധരൻ ഒന്നുകൊണ്ടും വിഷമിക്കേണ്ട. കാലക്രമേണ എല്ലാം ശരിയാകും" എന്ന് കൂടെക്കൂടെ പറഞ്ഞ് എന്റെ മനസ്സിലെ തീ അണയ്ക്കാൻ അവർ ശ്രുഷ്കാന്തി കാണിക്കുമായിരുന്നു. അവരുടെ ആ സ്നേഹ വചനങ്ങളും സാന്ത്വനങ്ങളും അമൂല്യമായ ഒരനുഭവമായിരുന്നു അക്കാലത്ത് എനിക്ക്.

അതുപോലെ തന്നെ, ലീഡർ തന്റെ സഹപ്രവർത്തകരോട് എന്തെങ്കിലും നീരസം കാണിക്കുന്നതായി അമ്മക്കു മനസ്സിലായാൽ അതെപ്പറ്റി വളരെ കർക്കശമായിതന്നെ അവർ അദ്ദേഹത്തോടു സംസാരിക്കും. എണ്ണിയാലൊടുങ്ങാത്ത സഹപ്രവർത്തകരും സുഹൃത്തുക്കളുമുള്ള ലീഡറുടെ ആത്മബന്ധം അറ്റുപോകാതെ നിലനിറുത്തുന്നതിൽ ഒരു അജ്ഞാത കണ്ണിയായി അമ്മ പ്രവർത്തിച്ചിട്ടുണ്ട്. തന്റെ ഭർത്താവിന്റെ വാക്കോ, നോക്കോ, പ്രവൃത്തിയോകൊണ്ട് അദ്ദേഹത്തിന്റെ കൂടെ നിൽക്കുന്നവരുടെ മനസ്സ് നോവാൻ അപൂർവ്വമായിട്ടെങ്കിലും ഇടവന്നിട്ടുണ്ടെങ്കിൽ അമ്മ അവരെ ആശ്വസിപ്പിക്കാനെത്തും. അതാണ് ഞാൻ മുൻപ് പറഞ്ഞത്. ലീഡറെ എന്നപ്പോലെയുള്ള അദ്ദേഹത്തിന്റെ സുഹൃത്തുക്കളുമയായി അടുപ്പിച്ചു നിറുത്തുന്നതിൽ അറിയാതെ ആണെങ്കിൽ പോലും അമ്മ നിർണ്ണായകമായ പങ്കു വഹിച്ചിട്ടുണ്ട് എന്ന്.

അമ്മയുടെ ഒരേയൊരു മകൻ രാഷ്ട്രീയ രംഗത്തു വരികയും കോഴിക്കോട് ലോക്സഭാ സീറ്റിൽ മത്സരിക്കുകയും ചെയ്തപ്പോൾ ആരും ഏതിർക്കാതിരുന്നതും ഈ അമ്മയെ ഓർത്താണ്. ലീഡറുടെ സഹപ്രവർത്തകരിൽ അത്രയും ശക്തമായ സ്വാധീനമായിരുന്നു അമ്മക്കുണ്ടായിരുന്നത്.

സ്വാധീനം എന്നു പറയുമ്പോൾ അത് വെറുമൊരു സ്വാധീനം മാത്രമാകുന്നില്ല. വേണമെങ്കിൽ അതിനെ ഒരു 'Divine Influence' എന്നു പറയാം. അത്തരത്തിൽ ഒരു 'ക്വാളിറ്റി' അവർക്കുണ്ടായിരുന്നു എന്നാണ് ഞാൻ മനസ്സിലാക്കുന്നത്. ഞാൻ പറയുന്ന ഈ 'Divine quality'

എല്ലാ മനുഷ്യരിലും ഉണ്ടെങ്കിലും കല്ല്യാണിക്കുട്ടി അമ്മയിൽ അതു കുറെ Expressive ആയിരുന്നു എന്നു തോന്നുന്നു. അതുകൊണ്ടായിരിക്കണമല്ലോ ആരെ പരിചയപ്പെട്ടാലും അവരിലൊക്കെ ഒരുതരം ഉദാത്ത സൗഹൃദഭാവം സൃഷ്ടിക്കാൻ ആ മഹതിക്ക് കഴിഞ്ഞത്.

എത്ര ശക്തമായ പ്രതിസന്ധിയും ആഘാതവും ഉണ്ടായാലും ഒന്നോ രണ്ടോ നിമിഷങ്ങൾക്കുള്ളിൽ ലീഡർ അതിനെ അതിജീവിക്കും. ആകാശം ഇടിഞ്ഞുവീണാലും ഭൂമി പിളർന്നാലും ഒക്കെ അങ്ങനെ തന്നെ. അത്തരമൊരു 'Wonderful personality'യാണ് അദ്ദേഹത്തിന്റേത്. എന്റെയൊക്കെ മനസ്സിൽ അതിശക്തനായ വ്യക്തിയാണ് ലീഡർ. ആ ലീഡർ ഇത്രയേറെ വികാരപരവശനായി ഞാൻ ആദ്യം കാണുന്നത് അമ്മയുടെ ദേഹവിയോഗ വാർത്ത അറിയുമ്പോഴാണ്. ലീഡറുടെ മറ്റൊരു മുഖമാണ് അന്നു കണ്ടത്. ദുഃഖവും വേദനയും കൊണ്ട് പരവശനായി തീർന്നു ആ മനുഷ്യൻ. ലീഡറുമായുള്ള 35 വർഷക്കാലത്തെ എന്റെ ബന്ധത്തിനിടയിൽ ഇത്തരമൊരു സന്ദർഭം ആദ്യമായിരുന്നു.

അമേരിക്കയിൽ ചികിത്സ കഴിഞ്ഞ് സുഖമായി മടങ്ങി വരാനിരിക്കുകയായിരുന്നല്ലോ അമ്മ. അവരെ സ്വീകരിക്കുന്നതിനു വേണ്ടിയാണ് ഞാൻ ഡൽഹിയിൽ എത്തിയത്. പക്ഷെ, ഞങ്ങൾക്കു കേൾക്കാൻ കഴിഞ്ഞത് അവരുടെ അകാല വേർപാടിനെപ്പറ്റിയുള്ള വാർത്തയായിരുന്നു. വാസ്തവത്തിൽ ശക്തമായ ഒരു 'ഷോക്കാ'യിരുന്നു അത്. എത്ര പരിശ്രമിച്ചിട്ടും മനസ്സിന് ആ ദുരന്ത വാർത്ത ഉൾക്കൊള്ളാൻ കഴിയാത്തതുപോലെ. അവരുടെ മൃതദേഹം ഡൽഹിയിൽ എത്തിക്കഴിഞ്ഞിട്ടും അത് മറ്റാരുടെയോ ജഡമാണെന്ന് മനസ്സ് പറഞ്ഞുകൊണ്ടിരുന്നു. ലളിതമായ ഖദർവസ്ത്രമണിഞ്ഞ് നിറഞ്ഞ പുഞ്ചിരിയോടെ എന്നെ കാണാറുള്ള അമ്മയുടെ മുഖമായിരുന്നു അപ്പോഴും എന്റെ മനസ്സിൽ തെളിഞ്ഞുനിന്നിരുന്നത്.

അമ്മയുടെ വിരഹം ലീഡറെ എത്രമാത്രം വേദനിപ്പിക്കുന്നുണ്ടെന്ന് ആ ജീവിതം ഏറെ അടുത്തുനിന്നു മനസ്സിലാക്കിയ എനിക്കറിയാം. ലീഡറുടെ ശക്തിയും, കരുത്തും, തന്റേടവും, ആത്മവിശ്വാസവും യഥാർത്ഥത്തിൽ അമ്മയായിരുന്നല്ലോ. കാലത്തിനുപോലും മറയ്ക്കാൻ പറ്റാത്ത വേദനയുമായാണ് ലീഡർ ഇന്ന് ഓരോ ദിനരാത്രങ്ങളും പിന്നിടുന്നതെന്ന് എനിക്കറിയാം. അദ്ദേഹത്തിന്റെ ഈ ദുഃഖവും വേദനയും മൗനമായി മനസ്സിലാക്കാനല്ലാതെ അതു പങ്കുവെക്കുവാൻ കഴിയുമോ? പങ്കുവക്കാൻ കഴിയുന്ന വേദനയാണോ അമ്മയുടെ മരണം ലീഡറിൽ സൃഷ്ടിച്ചിരിക്കുന്നത്?

ശ്രീമതി കല്ല്യാണിക്കുട്ടി അമ്മയെപ്പോലെ കുലീനയായ ഒരു സ്ത്രീരത്നത്തെ എന്റെ ജീവിതത്തിൽ മറ്റൊരിടത്തും കാണാൻ കഴിഞ്ഞിട്ടില്ല. മാനുഷികമായ എല്ലാ നന്മകളും അവരിൽ ഉണ്ടായിരുന്നു. ഉയരങ്ങളിലേക്കു പടികയറിപ്പോകുമ്പോഴും താഴെതന്നെ ചവിട്ടി നിൽക്കാൻകഴിയുന്ന ഒരു അപൂർവ്വ വ്യക്തിത്വം. അതുകൊണ്ടാണല്ലോ ഒരു സാധാരണ വീട്ടമ്മ ആയിട്ടുപോലും അവരുടെ മൃതദേഹം കാണാൻ കേരളത്തിന്റെ നാനാഭാഗത്തുനിന്നും പതിനായിരക്കണക്കിന് ആളുകൾ തൃശ്ശൂരിൽ എത്തിച്ചേർന്നത്.